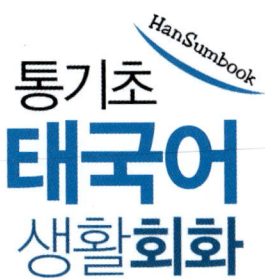

HanSumbook

통기초 태국어 생활회화

전희진 · 잉언씨껫 지음

정진출판사

이 책의 구성

 해마다 많은 한국인들이 태국으로 여행을 가고, 사업 등으로 태국에 이주해 살고 있는 사람들의 수도 적지 않습니다. 그만큼 태국은 매력적인 나라라고 생각합니다.

 이 책은 관광지에서의 상황, 일상적인 상황, 사업적인 상황 등 필요한 상황에 맞는 주요 회화를 모두 담았으며, 초보자들도 쉽게 따라하고 바로 활용할 수 있게 구성하였습니다.

 외국어를 효과적으로 익히는 방법은 무엇보다 단어를 많이 외우고 실제로 쓰이는 문장을 많이 접해 보는 것이 가장 좋습니다. 이 책의 특징은 다음과 같습니다.

- 포켓북 사이즈로 만들어 항상 가볍게 휴대하며 학습할 수 있습니다. 또한 원어민이 녹음한 본문 전체의 mp3 파일을 내려받아 자유롭게 학습에 활용할 수 있습니다.

- 전체적으로 기본적인 회화에서 감정을 나타내는 표현, 그리고 상황에 따른 적절한 표현들로 내용을 구성하여 쉽게 원하는 표현을 찾으며 학습할 수 있습니다.

- 본문의 주요표현은 이해하기 쉬운 간단한 대화 형식으로 구성하여 학습 효과를 높일 수 있으며, 각 장의 뒤에는 단어의 응용과 어휘력 향상을 위해 본문의 주제와 관련된 단어를 따로 실었습니다.

- 태국어는 본래 띄어쓰기가 없으나 이 책에서는 학습자의 학습 편의를 위해 단어에 맞춰 띄어쓰기를 하였습니다. 그리고 원어민의 발음에 가까운 한글 발음을 표기하여 태국어를 처음 접하는 학습자들도 쉽게 익힐 수 있도록 하였습니다.

목 차

이 책의 구성 ······ 3

제1장 인사와 소개

1. 인사 ······ 10
2. 처음 만났을 때 ······ 12
3. 오랜만에 만났을 때 ······ 14
4. 안부를 물을 때 ······ 16
5. 헤어질 때 ······ 18
6. 누구인지 물을 때 ······ 20
7. 소개하기 ······ 22
8. 국적 묻기 ······ 24
9. 직업 묻기 ······ 26
10. 출신지, 거주지 묻기 ······ 28
11. 나이를 물을 때 ······ 30
12. 가족 소개 ······ 32

• **관련단어** 가족, 친척 호칭/국가 이름/직업

제2장 시간과 날씨

1. 시간을 물을 때 ······ 42
2. 요일을 물을 때 ······ 44
3. 날짜를 물을 때 ······ 46
4. 시간에 관한 표현 ······ 48
5. 약속을 정할 때 ······ 50
6. 날씨 표현 1 ······ 52
7. 날씨 표현 2 ······ 54

4

8. 자연재해 ········ 56
• **관련단어** 날씨/숫자(기수, 서수)/년, 월, 일/달, 주, 시간/요일

제3장 의견 · 감정 · 관심

1. 긍정의 표현 ········ 64
2. 맞장구치기 ········ 66
3. 부정의 표현 ········ 68
4. 기쁠 때 ········ 70
5. 기분이 좋지 않을 때 ········ 72
6. 화나거나 놀랐을 때 ········ 74
7. 실망, 불만일 때 ········ 76
8. 위로할 때 ········ 78
9. 칭찬할 때 ········ 80
10. 사과할 때 ········ 82
11. 감사할 때 ········ 84
12. 허락, 허가의 표현 ········ 86
13. 거절할 때 ········ 88
14. 부탁할 때 ········ 90
15. 외모에 대한 표현 ········ 92
16. 성격에 대한 표현 ········ 94
17. 호감을 나타낼 때 ········ 96
• **관련단어** 감정 표현/외모

제4장 일상생활

1. 학교 생활 ········ 102
2. 회사 생활 ········ 104
3. 주거 ········ 106

5

4. 휴가 계획 …………………………… 108
5. 취미 생활 …………………………… 110
6. 스포츠 ……………………………… 112
7. 병원에서 …………………………… 114
8. 약국에서 …………………………… 116
9. 우체국에서 ………………………… 118
10. 미용실에서 ………………………… 120
11. 도서관에서 ………………………… 122
12. 은행에서 …………………………… 124
13. 극장에서 …………………………… 126

- **관련단어** 직급/취미, 스포츠/병 관련

제5장 전화

1. 전화를 걸 때 ……………………… 132
2. 전화를 받을 때 …………………… 134
3. 부재중일 때 ………………………… 136
4. 말을 전할 때 ……………………… 138
5. 기타 전화 상황 …………………… 140

- **관련단어** 기타 전화, 휴대폰

제6장 초대 · 방문 · 축하

1. 초대할 때 …………………………… 144
2. 방문할 때 …………………………… 146
3. 손님을 맞이할 때 ………………… 148
4. 식사를 대접할 때 ………………… 150
5. 손님을 배웅할 때 ………………… 152
6. 축하의 표현 ………………………… 154

7. 신년, 기념일 축하 ······ 156

• **관련단어** 주요 공휴일

제7장 쇼핑 · 식사

1. 물건을 고를 때 ······ 160
2. 슈퍼에서 ······ 162
3. 가격 흥정하기 ······ 164
4. 물건 값 계산하기 ······ 166
5. 교환, 반품 ······ 168
6. 음식점에서 ······ 170
7. 음식 주문하기 1 ······ 172
8. 음식 주문하기 2 ······ 174
9. 맛에 대한 표현 ······ 176
10. 술을 마실 때 ······ 178
11. 식사 시의 기타 요청 ······ 180
12. 식사비 계산하기 ······ 182

• **관련단어** 의류/신발, 액세서리/양념/음료수/음식/맛

제8장 교통

1. 길을 물을 때 ······ 192
2. 길을 안내할 때 ······ 194
3. 버스를 이용할 때 ······ 196
4. 택시를 이용할 때 ······ 198
5. 지하철을 이용할 때 ······ 200
6. 열차를 이용할 때 ······ 202
7. 기내에서 ······ 204

• **관련단어** 교통수단/방향/색깔

7

제9장 관광

1. 출입국 심사 ······ 210
2. 수하물 찾기 ······ 212
3. 세관에서 ······ 214
4. 방 예약, 방 구하기 ······ 216
5. 체크인하기 ······ 218
6. 룸서비스 ······ 220
7. 물품 보관 ······ 222
8. 체크아웃 ······ 224
9. 관광지에서 ······ 226
10. 사진을 찍을 때 ······ 228

• **관련단어** 비행기/공항/호텔

제10장 위급상황

1. 도둑맞았을 때 ······ 234
2. 물건을 잃어버렸을 때 ······ 236
3. 사고를 당했을 때 ······ 238

• **관련단어** 분실, 도난, 사고

부록

▶ **초심자를 위한 태국어 막사용 설명서**

▶ **그림 단어**

1. 객실 2. 화장실 3. 컴퓨터
4. 문구류 5. 가전제품 6. 주방
7. 인체 8. 과일 9. 야채
10. 동물 11. 태국의 주요 도시

8

인사와 소개 — 1장

1. 인사
2. 처음 만났을 때
3. 오랜만에 만났을 때
4. 안부를 물을 때
5. 헤어질 때
6. 누구인지 물을 때
7. 소개하기
8. 국적 묻기
9. 직업 묻기
10. 출신지, 거주지 묻기
11. 나이를 물을 때
12. 가족 소개

Thai language

제 1 장

1. 인사

주요표현

A : สวัสดี ครับ คุณพลอย
싸왓디- 크랍 쿤 플러-이

B : สวัสดี ค่ะ คุณสุภาพ
싸왓디- 카 쿤 쑤팝-

A : 플러이 씨, 안녕하세요?

B : 쑤팝 씨, 안녕하세요?

안녕하십니까?

สวัสดี ครับ
싸왓디- 크랍

안녕?(친구끼리)

หวัดดี
왓디-

좋은 아침입니다.

อรุณสวัสดิ์ ครับ
아룬싸왓 크랍

안녕히 주무세요!

ราตรีสวัสดิ์ ครับ
라-뜨리-싸왓 크랍

잘 지내세요?

สบายดี ไหม ครับ
싸바-이디- 마이 크랍

인사와 소개

어떻게 지내세요?
เป็นอย่างไร บ้าง ครับ
뻰양-라이 방- 크랍

잘 지냅니다.
สบายดี ครับ
싸바-이디- 크랍

그저 그렇습니다.
เรื่อยๆ ครับ
르-어이르-어이 크랍

그다지 잘 못 지냅니다.
ไม่ค่อย สบายดี ครับ
마이 커-이 싸바-이디- 크랍

고맙습니다!
ขอบคุณ ครับ
컵-쿤 크랍

태국어의 남녀 구분

태국어는 1인칭 주어와 문장 끝에 붙여 존댓말로 만드는 말로 남녀를 구분합니다.

1) 1인칭 주어(나, 저) : ผม[폼 : 남성용] / ดิฉัน[디찬 : 여성용]
2) 문장 끝에 붙여 존댓말로 바꾸어 주는 말 : ครับ[크랍 : 남성용] / ค่ะ คะ [카, 카 : 여성용]

여성인 경우, 평서문 끝에는 ค่ะ[카], 의문문 뒤에는 คะ[카]를 붙입니다.

제 1 장

2. 처음 만났을 때

주요표현

A : ผม สุภาพ ครับ ยินดี ที่ ได้ รู้จัก ครับ
폼 쑤팝– 크랍 인디– 티– 다이 루–짝 크랍

B : ดิฉัน ลีเยอิน ค่ะ ยินดี ที่ ได้ รู้จัก ค่ะ
디찬 리–예–인 카 인디– 티– 다이 루–짝 카

A : 저는 쑤팝입니다. 만나서 반갑습니다!

B : 저는 이예인입니다. 만나서 반갑습니다!

~를 소개해 드리겠습니다.

ขอ แนะนำ ..... ค่ะ
커– 내남 카

이분은 김 선생님입니다.

ท่านนี้ คือ อาจารย์คิม ค่ะ
탄–니– 크– 아–짠–킴 카

만나서 반갑습니다.

ยินดี ที่ ได้ พบ กัน ค่ะ
인디– 티– 다이 폽 깐 카

저 역시 만나서 반갑습니다.

ดิฉัน ก็ ยินดี ที่ ได้ รู้จัก เช่นกัน ค่ะ
디찬 꺼– 인디– 티– 다이 루–짝 첸–깐 카

제 소개를 하겠습니다.

ดิฉัน ขอ แนะนำ ตัวเอง ค่ะ
디찬 커– 내남 뚜–어엥– 카

저는 이정선입니다.

ดิฉัน ลีจองซอน ค่ะ
디찬 리–쩡–썬– 카

당신의 이름은 무엇입니까?

คุณ ชื่อ อะไร คะ
쿤 츠– 아라이 카

이름이 뭐죠?

ชื่อ อะไร นะ คะ
츠– 아라이 나 카

저의 이름은 플러이입니다.

ดิฉัน ชื่อ พลอย ค่ะ
디찬 츠– 플러–이 카

저의 이름은 찟따펀입니다. '펀'이라고 불러도 돼요.

ดิฉัน ชื่อ จิตตาพร ค่ะ เรียกว่า พร ก็ได้ ค่ะ
디찬 츠– 찟따–펀– 카 리–약 와– 펀– 꺼– 다이 카

잘 부탁드립니다.

ขอ ฝากเนื้อ ฝากตัว ด้วย ค่ะ / ขอ รบกวน ด้วย ค่ะ
커– 확–느–어 확–뚜–어 두–어이 카 / 커– 롭꾸–언 두–어이 카

저도요.

ดิฉัน ก็ เช่นกัน ค่ะ
디찬 꺼– 첸–깐 카

제 1 장

3. 오랜만에 만났을 때

주요표현

A : ไม่ ได้ พบ กัน นาน สบายดี ไหม ครับ
마이 다이 폽 깐 난– 싸바–이디– 마이 크랍

B : สบายดี มากๆ ค่ะ ขอบคุณ มาก ค่ะ
싸바–이디– 막–막– 카 컵–쿤 막– 카

A : 오랜간만입니다! 잘 지냈어요?

B : 매우 잘 지냅니다. 감사합니다.

3년 만이네요!

เจอ กัน ใน รอบ 3 ปี เลย นะ ครับ
쩌– 깐 나이 럽– 쌈– 삐– 르ㅓ–이 나 크랍

요즘 어떻게 지내세요?

ช่วงนี้ เป็นอย่างไร บ้าง ครับ
추–엉 니– 뻰양–라이 방– 크랍

잘 지냅니다.

สบายดี ครับ
싸바–이디– 크랍

당신은요?

แล้ว คุณ ล่ะ ครับ
래–우 쿤 라 크랍

당신은 어떠세요?

คุณ เป็นอย่างไร บ้าง ครับ
쿤 뻰양–라이 방– 크랍

인사와 소개

그럭저럭요.
เรื่อยๆ ครับ
르-어이르-어이 크랍

나쁘지 않아요.
ก็ ไม่ เลว ครับ
꺼- 마이 레-우 크랍

건강해 보이네요.
ดู แข็งแรงดี ครับ
두- 캥랭- 디- 크랍

많이 보고 싶었습니다.
คิดถึง มาก เลย ครับ
킷틍 막- 르ㅓ-이 크랍

저도요.
ผม ก็ เช่นกัน ครับ
폼 꺼- 첸-깐 크랍

15

제1장 4. 안부를 물을 때

주요표현

A : งาน ที่ ทำ อยู่ เป็นอย่างไร บ้าง ครับ
응안- 티- 탐 유- 뻰양-라이 방- 크랍

B : ไปได้ดี มาก ค่ะ
빠이 다이 디- 막- 카

A : 하시는 일은 어떠세요?
B : 매우 잘 됩니다.

요즘 업무가 바쁘세요?
ช่วงนี้ งาน ยุ่ง ไหม คะ
추-엉 니- 응안- 융 마이 카

아주 바쁩니다.
ยุ่ง มาก ค่ะ
융 막- 카

하루 종일 바쁩니다.
ยุ่ง มาก ทั้งวัน ค่ะ
융 막- 탕완 카

요즘 일이 어떠세요?
ช่วงนี้ เป็นอย่างไร บ้าง คะ
추-엉 니- 뻰양-라이 방- 카

사업이 잘 되고 있습니다.
ธุรกิจ เป็นไปได้ด้วยดี ค่ะ
투라낏 뻰 빠이 다이 두-어이 디- 카

인사와 소개

괜찮습니다.
ไม่เป็นไร ค่ะ
마이 뻰라이 카

그다지 좋지 않습니다.
ไม่ได้ดี ขนาดนั้น ค่ะ
마이 다이 디- 카낫- 난 카

좋지도 않고 나쁘지도 않아요.
ไม่ดี ไม่เลว ค่ะ
마이 디- 마이 레-우 카

그다지 바쁘지 않습니다.
ไม่ค่อย ยุ่ง ค่ะ
마이 커-이 융 카

모든 게 잘 되고 있습니다.
ทุกอย่าง เป็นไปอย่างดี ค่ะ
툭양- 뻰빠이 양-디- 카

📎 **태국인의 호칭** [หนู 누- : 1인칭 대명사]

'쥐'라는 뜻을 가진 태국어 단어 หนู[누-]를 태국 여성들이 자신을 지칭하는 1인칭 대명사로 사용하는 경우가 있습니다. 특히, 어린 여성이 부모님, 선생님과 같은 어른들과 대화할 때 많이 사용합니다.

제1장 5. 헤어질 때

주요표현

A : สวัสดี ครับ แล้ว เจอ กัน อีก ครับ
싸왓디- 크랍 래-우 쯔ㅓ- 깐 익- 크랍

B : สวัสดี ค่ะ คราวหน้า พบ กัน ใหม่ ค่ะ
싸왓디- 카 크라-우나- 폽 깐 마이 카

A : 안녕히 계세요! 또 봐요.
B : 안녕히 가세요! 나중에 또 봐요.

먼저 실례해야 할 것 같습니다.

ผม ต้อง ขอตัว ก่อน ครับ
폼 떵- 커- 뚜-어 껀- 크랍

돌아가야 합니다.

ผม ต้อง กลับ แล้ว ครับ
폼 떵- 끌랍 래-우 크랍

다음에 봐요.

คราวหน้า พบ กัน อีก ครับ
크라-우나- 폽 깐 익- 크랍

바이바이!

บายๆ ครับ
바-이 바-이 크랍

조심히 가세요.

เดินทาง ดีๆ ครับ
드ㅓ-탕- 디-디- 크랍

내일 또 봐요.

พรุ่งนี้ เจอ กัน อีก ครับ

프룽니- 쩌- 깐 익- 크랍

곧 또 봐요.

เดี๋ยว เจอ กัน ใหม่ ครับ

디-여우 쩌- 깐 마이 크랍

잘 자요.

นอนหลับฝันดี ครับ

넌-랍 환 디- 크랍

행복한 휴일 되세요!

สุขสันต์วันหยุด ครับ

쑥싼 완윳 크랍

희경 씨에게 안부 전해 주세요.

ฝาก สวัสดี คุณฮีคยอง ด้วย ครับ

확- 싸왓디- 쿤 히-켱- 두-어이 크랍

잘 가요.

เดินทาง ดีๆ นะ ครับ

든-탕- 디-디- 나 크랍

오늘 재미있었어요.

วันนี้ สนุก มาก ครับ

완니- 싸눅 막- 크랍

제 1 장

6. 누구인지 물을 때

주요표현

A : ท่านผู้นั้น เป็น ใคร ครับ
탄-푸-난 뻰 크라이 크랍

B : เขา คือ คุณตะวัน ค่ะ
카오 크- 쿤 따완 카

A : 저분은 누구신가요?

B : 그는 따완 씨입니다.

우리는 서로 아는 사이입니다.

เรา รู้จัก กัน ค่ะ
라오 루-짝 깐 카

쁠라는 나의 친한 친구입니다.

ปลา เป็น เพื่อนสนิท ของ ดิฉัน ค่ะ
쁠라- 뻰 프-언 싸닛 컹- 디찬 카

우리는 고등학교 동창입니다.

เรา เป็น เพื่อนรุ่นเดียวกัน สมัยมัธยมปลาย ค่ะ
라오 뻰 프-언 룬 디-여우깐 싸마이 맛타욤 쁠라-이 카

우리는 같은 회사에서 일합니다.

เรา ทำงาน ที่ บริษัทเดียวกัน ค่ะ
라오 탐응안- 티- 버리쌋 디-여우깐 카

그는 제 직장 동료입니다.

เขา เป็น เพื่อนร่วมงาน ของ ดิฉัน ค่ะ
카오 뻰 프-언루-엄응안- 컹- 디찬 카

인사와 소개

그는 영업을 담당하고 있습니다.
เขา รับผิดชอบ การขาย อยู่ ค่ะ
카오 랍핏첩- 깐-카-이 유- 카

그는 제 상사입니다.
เขา เป็น หัวหน้า ดิฉัน ค่ะ
카오 뻰 후-어나- 디찬 카

그녀는 제 고객입니다.
เธอ เป็น ลูกค้า ของ ดิฉัน ค่ะ
트ㅓ- 뻰 룩-카- 컹- 디찬 카

저분이 누구인지 모릅니다.
ไม่ทราบว่า ท่านผู้นั้น เป็น ใคร ค่ะ
마이 쌉-와- 탄-푸-난 뻰 크라이 카

저 분은 누구인가요?
ท่านผู้นั้น คือ ใคร คะ
탄-푸-난 크- 크라이 카

주요표현

A : คุณ ชื่อ อะไร ครับ
쿤 츠- 아라이 크랍

B : ดิฉัน ชื่อ สุกัญญา ค่ะ
디찬 츠- 쑤깐야- 카

A : 성함이 어떻게 되세요?

B : 저의 이름은 쑤깐야입니다.

정진 무역회사의 따완입니다.

ผม ตะวัน บริษัทการค้าระหว่างประเทศชองจิน ครับ
폼 따완 버리쌋 깐-카- 라왕-쁘라텟- 청-찐 크랍

이름 철자가 어떻게 됩니까?

สะกดชื่อ อย่างไร ครับ
싸꼿 츠- 양-라이 크랍

이것이 제 명함입니다.

นี่ คือ นามบัตร ของ ผม ครับ
니- 크- 남-밧 컹- 폼 크랍

명함을 주십시오.

ขอ นามบัตร ด้วย ครับ
커- 남-밧 두-어이 크랍

네, 여기 있습니다.

ครับ นี่ ครับ
크랍 니- 크랍

인사와 소개

저는 명함이 없습니다.
ผม ไม่ มี นามบัตร ครับ
폼 마이 미- 남-밧 크랍

제 이름은 이진욱입니다.
ผม ชื่อ ลีจินอุก ครับ
폼 츠- 리-찐욱 크랍

저는 아팃입니다.
ผม อาทิตย์ ครับ
폼 아-팃 크랍

팃이라고 불러도 돼요.
เรียก ผม ว่า ทิตย์ ก็ได้ ครับ
리-약 폼 와- 팃 꺼- 다이 크랍

당신의 별명은 무엇입니까?
คุณ ชื่อเล่น อะไร ครับ
쿤 츠-렌- 아라이 크랍

태국의 예절 – 머리

태국인들은 영, 정령이 신체의 가장 위에 있는 머리에 있다고 믿기 때문에 머리를 잡거나 쓰다듬는 것을 조심해야 합니다. 어린아이들이 귀여워 가볍게 머리를 쓰다듬는 것만으로도 예의에 어긋난 행동일 수 있습니다.

제1장

8. 국적 묻기

주요표현

A : คุณมีรัน เป็น คนเกาหลี หรือเปล่า ครับ
쿤 미-란 뻰 콘까올리- 르-쁠라오 크랍

B : ค่ะ ใช่แล้ว ค่ะ
카 차이 래-우 카

A : 미란 씨, 한국인이세요?

B : 네, 그렇습니다.

어느 나라 사람입니까?

คุณ เป็น คน ประเทศไหน คะ
쿤 뻰 콘 쁘라텟- 나이 카

국적이 어디인가요?

คุณ สัญชาติ อะไร คะ
쿤 싼찻- 아라이 카

한국 사람입니다. 당신은요?

เป็น คนเกาหลี ค่ะ แล้ว คุณ ล่ะ คะ
뻰 콘까올리- 카 래-우 쿤 라 카

저는 태국 사람입니다.

ดิฉัน เป็น คนไทย ค่ะ
디찬 뻰 콘타이 카

저는 방콕 사람입니다.

ดิฉัน เป็น คนกรุงเทพ ค่ะ
디찬 뻰 콘 끄룽텝- 카

저는 북부 출신입니다.

ดิฉัน มา จาก ภาคเหนือ ค่ะ

디찬 마- 짝- 팍-느-어 카

저의 고향은 치앙라이에 있습니다.

บ้านเกิด ของ ดิฉัน อยู่ ที่ เชียงราย ค่ะ

반-끄ㅓ- 컹- 디찬 유- 티- 치-양라-이 카

여기는 일 때문에 왔습니다.

มา ที่นี่ เพราะ เรื่องงาน ค่ะ

마- 티-니- 프러 르-엉 응안- 카

태국에 관광하러 왔습니다.

มาเที่ยว ประเทศไทย ค่ะ

마- 티-여우 쁘라텟-타이 카

태국어는 어디에서 배우셨나요?

คุณ เรียน ภาษาไทย จาก ที่ไหน คะ

쿤 리-얀 파-싸-타이 짝- 티-나이 카

태국의 예절 – 발

태국인들은 땅과 가장 가까이에 위치한 신체부위인 발을 책상 위에 올리는 등의 행동을 예의에 어긋난다고 생각하며, 발을 닦는 수건과 머리를 닦는 수건을 따로따로 사용합니다. 또한, 발로 물건을 만지거나 집어 올리는 행동도 삼가야 합니다.

제1장 9. 직업 묻기

주요표현

A : คุณ มี อาชีพ อะไร ครับ
쿤 미- 아-칩- 아라이 크랍

B : ดิฉัน เป็น นักเรียน ค่ะ
디찬 뻰 낙리-얀 카

A : 직업이 무엇입니까?
B : 저는 학생입니다.

무슨 일을 하세요?

คุณ ทำงาน อะไร ครับ
쿤 탐응안- 아라이 크랍

저는 회사원입니다.

ผม เป็น พนักงานบริษัท ครับ
폼 뻰 파낙응안-버리쌋 크랍

무슨 회사에서 일하세요?

คุณ ทำงาน ที่ บริษัท อะไร ครับ
쿤 탐응안- 티- 버리쌋 아라이 크랍

국제무역회사에서 일합니다.

ผม ทำงาน ที่ บริษัทการค้าระหว่างประเทศ ครับ
폼 탐응안- 티- 버리쌋 깐-카- 라왕-쁘라텟- 크랍

저는 은행에서 일합니다.

ผม ทำงาน ที่ ธนาคาร ครับ
폼 탐응안- 티- 타나-칸- 크랍

저는 정진 회사의 사장입니다.

ผม เป็น ประธาน ของ บริษัทชองจิน ครับ
폼 뻰 쁘라탄– 컹– 버리쌋 청–찐 크랍

저는 태국어 선생님입니다.

ผม เป็น ครูสอนภาษาไทย ครับ
폼 뻰 크루–썬–파–싸–타이 크랍

저의 직업은 의사입니다.

ผม มี อาชีพ เป็น หมอ ครับ
폼 미– 아–칩– 뻰 머– 크랍

저는 관광 가이드입니다.

ผม เป็น ไกด์ท่องเที่ยว ครับ
폼 뻰 까이 텅–티–여우 크랍

저는 사업가입니다.

ผม เป็น นักธุรกิจ ครับ
폼 뻰 낙투라낏 크랍

저는 은퇴했습니다.

ผม ปลดเกษียณ แล้ว ครับ
폼 쁘롯 까씨–얀 래–우 크랍

시골에서 농사해요.

ทำเกษตร อยู่ ที่ บ้านนอก ครับ
탐 까쎗– 유– 티– 반–넉– 크랍

제1장 10. 출신지, 거주지 묻기

> **주요표현**
>
> A : บ้าน ของ คุณ อยู่ ที่ไหน ครับ
> 반- 컹- 쿤 유- 티-나이 크랍
>
> B : อยู่ กรุงเทพ ค่ะ
> 유- 끄룽텝- 카
>
> A : 댁은 어디세요?
> B : 방콕입니다.

고향은 어디세요?

บ้านเกิด ของ คุณ อยู่ ที่ไหน ครับ
반-끗ㅓ- 컹- 쿤 유- 티-나이 크랍

제 고향은 푸껫입니다.

บ้านเกิด ของ ผม อยู่ ที่ ภูเก็ต ครับ
반-끗ㅓ- 컹- 폼 유- 티- 푸-껫 크랍

어디에 사세요?

คุณ อาศัยอยู่ ที่ไหน ครับ
쿤 아-싸이 유- 티-나이 크랍

서울 가까이에 삽니다.

อาศัยอยู่ ใกล้ๆ กรุงโซล ครับ
아-싸이 유- 끌라이끌라이 끄룽쏜- 크랍

저는 서울로 출근합니다.

ผม ไป ทำงาน ที่ กรุงโซล ครับ
폼 빠이 탐응안- 티- 끄룽쏜- 크랍

교통이 편리합니다.

การเดินทาง สะดวก ครับ

깐-든ㅓ-탕- 싸두-억 크랍

대은 여기서 멀어요?

บ้าน ของ คุณ อยู่ ไกล จาก ที่นี่ ไหม ครับ

반- 컹- 쿤 유- 끌라이 짝- 티-니- 마이 크랍

네, 여기서 좀 멉니다.

ครับ อยู่ ไกล จาก ที่นี่ นิดหน่อย ครับ

크랍 유- 끌라이 짝- 티-니- 닛너-이 크랍

지하철로 30분 정도 걸립니다.

นั่ง รถไฟ ไป ใช้เวลา ประมาณ 30 นาที ครับ

낭 롯화이 빠이 차이 웰-라- 쁘라만- 쌈-씹 나-티- 크랍

저희 집은 여기서 가깝습니다. 걸어서 갈 수 있습니다.

บ้าน ของ ผม อยู่ ใกล้ กับ ที่นี่ ครับ สามารถ เดินไป ได้ ครับ

반- 컹- 폼 유- 끌라이 깝 티-니- 크랍 싸-맛- 든ㅓ- 빠이 다이 크랍

걸어서 10분 거리예요.

ระยะทางเดิน ประมาณ 10 นาที ครับ

라야탕-든ㅓ- 쁘라만- 씹 나-티- 크랍

제 1 장

11. 나이를 물을 때

주요표현

A : ผม อายุ มากกว่า น้องสาว 3 ปี ครับ
폼 아-유 막- 꽈- 넝-싸-우 쌈- 삐- 크랍

B : จริง เหรอ คะ คุณ ดูเด็ก กว่า น้องสาว นะ คะ
찡 러- 카 쿤 두- 덱 꽈- 넝-싸-우 나 카

A : 저는 여동생보다 세 살 위입니다.

B : 정말요? 당신이 여동생보다 어려 보이는데요.

내가 당신보다 나이가 많습니다.

ผม อายุ มากกว่า คุณ ครับ
폼 아-유 막- 꽈- 쿤 크랍

네, 제가 당신보다 어리군요.

ครับ ผม เด็ก กว่า คุณ ครับ
크랍 폼 덱 꽈- 쿤 크랍

당신과 당신 부인 중 누가 더 나이가 많아요?

คุณ กับ ภรรยา ของ คุณ ใคร อายุ มากกว่า กัน ครับ
쿤 깝 판라야-/판야- 컹- 쿤 크라이 아-유 막- 꽈- 깐 크랍

우리는 동갑입니다.

เรา อายุ เท่ากัน ครับ
라오 아-유 타오 깐 크랍

당신은 첫째인가요?

คุณ เป็น ลูกคนแรก หรือเปล่า ครับ
쿤 뻰 룩- 콘 랙- 르-쁠라오 크랍

아니요, 막내입니다.

เปล่า ครับ เป็น ลูกคนสุดท้อง ครับ
쁠라오 크랍 뻰 룩- 콘 쑷텅- 크랍

누나와 형이 있습니다.

มี พี่สาว กับ พี่ชาย ครับ
미- 피-싸-우 깝 피-차-이 크랍

형은 저보다 2년 위입니다.

พี่ชาย อายุ มากกว่า ผม 2 ปี ครับ
피-차-이 아-유 막- 꽈- 폼 썽- 삐- 크랍

저는 누나보다 한 살 아래입니다.

ผม อายุ น้อยกว่า พี่สาว 1 ปี ครับ
폼 아-유 너-이 꽈- 피-싸-우 능 삐- 크랍

저도 형제자매가 있었으면 좋겠군요.

ถ้า ผม มี พี่น้อง ก็ คงจะ ดี ครับ
타- 폼 미- 피-넝- 꺼- 콩 짜 디- 크랍

저는 외동입니다.

ผม เป็น ลูกคนเดียว ครับ
폼 뻰 룩- 콘 디-여우 크랍

여기에서 제가 나이가 가장 많습니다.

ที่นี่ ผม อายุ มาก ที่สุด ครับ
티-니- 폼 아-유 막- 티-쑷 크랍

제 1 장

12. 가족 소개

주요표현

A : ครอบครัว (ของ คุณ) มี กี่ คน ครับ
크럽-크루-어 (컹- 쿤) 미- 끼- 콘 크랍

B : 5 คน ค่ะ
하- 콘 카

A : 가족이 몇 분이세요?

B : 다섯 명입니다.

우리 가족 사진입니다.

ภาพ ของ ครอบครัว ของ ผม ครับ
팝- 컹- 크럽-크루-어 컹- 폼 크랍

가족이 다섯입니다.

ครอบครัว ของ ผม มี 5 คน ครับ
크럽-크루-어 컹- 폼 미- 하- 콘 크랍

우리 가족은 매우 행복합니다.

ครอบครัว ของ เรา มี ความสุข มาก ครับ
크럽-크루-어 컹- 라오 미- 쾀-쑥 막- 크랍

당신은 형제자매가 있나요?

คุณ มี พี่น้อง ไหม ครับ
쿤 미- 피-넝- 마이 크랍

네, 여동생이 있습니다.

ครับ มี น้องสาว ครับ
크랍 미- 넝-싸-우 크랍

가족에 대해서 말해 주세요.

คุณ ช่วย พูด เกี่ยวกับ ครอบครัว ของ คุณ หน่อย ครับ

쿤 추–어이 풋– 끼–여우 깝 크럽–크루–어 컹– 쿤 너–이 크랍

이분이 아버지, 어머니, 형과 누나입니다.

ท่านนี้ เป็น คุณพ่อ คุณแม่ พี่ชาย และ พี่สาว ของ ผม ครับ

탄– 니– 뻰 쿤퍼– 쿤매– 피–차–이 래 피–싸–우 컹– 폼 크랍

남자 형제가 있었으면 좋겠습니다.

ถ้า มี พี่น้องผู้ชาย ก็ คงจะ ดี ครับ

타– 미– 피–넝– 푸–차–이 꺼– 콩 짜 디– 크랍

제 여동생은 저와 축구를 하지 않아요.

น้องสาว ของ ผม ไม่ เล่น ฟุตบอล กับ ผม ครับ

넝–싸–우 컹– 폼 마이 렌– 훗번– 깝 폼 크랍

그래도 외동은 아니잖아요.

ยังไงก็ ไม่ใช่ ลูกคนเดียว นะ ครับ

양응아이 꺼– 마이차이 룩– 콘디여–우 나 크랍

우리는 쌍둥이입니다.

พวกเรา เป็น ฝาแฝด กัน ครับ

푸–억라오 뻰 화–횃– 깐 크랍

관련단어

가족, 친척 호칭

ครอบครัว	크럽-크루-어	가족
ญาติ	얏-	친척
คุณปู่	쿤뿌-	친할아버지
คุณย่า	쿤야-	친할머니
คุณตา	쿤따-	외할아버지
คุณยาย	쿤야-이	외할머니
พ่อแม่	퍼-매-	부모
คุณพ่อคุณแม่	쿤퍼-쿤매-	부모
คุณพ่อ	쿤퍼-	아버지
คุณแม่	쿤매-	어머니
ลูก	룩-	자식, 자녀
ลูกชาย	룩-차-이	아들
ลูกสาว	룩-싸-우	딸
พี่ชาย	피-차-이	형, 오빠
พี่สาว	피-싸-우	언니, 누나
น้องสาว	넝-싸-우	여동생
น้องชาย	넝-차-이	남동생
หลาน	란-	조카, 손주
หลานชาย	란-차-이	손자
หลานสาว	란-싸-우	손녀
ลุง	룽	부모의 손위 남자형제
น้า	나-	어머니의 손아래 동생
อา	아-	아버지의 손아래 동생

ป้า	빠–	부모의 손위 여자형제 또는 손위 남자형제의 부인
ลูกสะใภ้	룩–싸파이	며느리
ลูกเขย	룩–크ㅓ–이	사위
ปู่ทวด	뿌–투–엇	증조부
ย่าทวด	야–투–엇	증조모
ตาทวด	따–투–엇	외증조부
ยายทวด	야–이투–엇	외증조모
ลูกพี่ลูกน้อง	룩–피–룩–넝–	사촌
เหลน	렌–	증손
เหลนผู้ชาย	렌–푸–차–이	증손자
เหลนผู้หญิง	렌–푸–잉	증손녀

국가 이름

อาร์เจนตินา	아–쩬–띠나–	아르헨티나
อียิปต์	이–입	이집트
อังกฤษ	앙끄릿	영국
ออสเตรีย	어–쓰뜨리–야	오스트리아
อินเดีย	인디–야	인도
โปแลนด์	뽈–랜–	폴란드
เกาหลีเหนือ	까올리–느–어	북한
โปรตุเกส	뻐로–뚜껫–	포르투갈
บราซิล	브라–씬	브라질
แคนาดา	캐–나–다–	캐나다
คิวบา	키우바–	쿠바

관련단어

ชิลี	칠리-	칠레
ไต้หวัน	따이완	대만
เดนมาร์ก	덴-막-	덴마크
เยอรมัน	여-라만	독일
เนเธอร์แลนด์	네-트ㅓ-랜-	네덜란드
เกาหลีใต้	까올리-따이	남한
เกาหลี	까올리-	한국
ฮ่องกง	헝-꽁	홍콩
กรีซ	끄릿-	그리스
อินโดนีเซีย	인도-니-씨-야	인도네시아
อิหร่าน	이란-	이란
อิรัก	이락	이라크
อิสราเอล	잇싸라-엔-	이스라엘
ลาว	라-우	라오스
มาเก๊า	마-까오	마카오
เวียดนาม	위-얏남-	베트남
ไทย	타이	태국
มาเลเซีย	말-레-씨-야	말레이시아
กัมพูชา	깜푸-차-	캄보디아
พม่า	파마-	미얀마
เม็กซิโก	멕씨꼬-	멕시코
สหรัฐอเมริกา	싸하랏아메-리까	미국
นอร์เวย์	너-웨-	노르웨이
สาธารณรัฐแอฟริกาใต้	싸-타-라나랏애-흐리까-따이	남아프리카공화국

.... 인사와 소개

อาหรับ	아-랍	아랍
รัสเซีย	랏씨-야	러시아
ญี่ปุ่น	이-뿐	일본
ปากีสถาน	빠-낏-싸탄-	파키스탄
ฝรั่งเศส	화랑쎗-	프랑스
ฟินแลนด์	휜랜-	핀란드
ฟิลิปปินส์	휠립삔	필리핀
โรมาเนีย	로-마-니-야	루마니아
นิวซีแลนด์	니우씨-랜-	뉴질랜드
สเปน	싸뻰-	스페인
สาธารณรัฐเช็ก	싸-타-라나랏첵	체코
ตุรกี	뚜라끼-	터키
สวีเดน	싸위-덴-	스웨덴
สวิตเซอร์แลนด์	싸윗쓰ㅓ-랜-	스위스
จีน	찐-	중국
ออสเตรเลีย	어-쓰뜨레-리-야	호주
สิงคโปร์	씽카뽀-	싱가포르
อิตาลี	이딸-리-	이탈리아

직업

อาชีพ	아-칩-	직업
หมอ	머-	의사
แพทย์	팻-	의사
ทหาร	타한-	군인
รัฐมนตรี	랏타몬뜨리-	장관

37

관련단어

นักร้อง	낙렁-	가수
ตำรวจ	땀루-엇	경찰
ครู	크루-	교사
ข้าราชการ	카-랏-차깐-	공무원
กรรมกร	깜마껀-	노동자
ผู้เชี่ยวชาญ	푸-치-여우찬-	전문가
ดารา	다-라-	연예인
นักแสดง	낙싸댕-	배우, 연기자
นักเรียนนอก	낙리-얀넉-	유학생
ผู้กำกับการแสดง	푸-깜깝깐-싸댕-	감독
พ่อครัว	퍼-크루-어	남자 요리사
แม่ครัว	매-크루-어	여자 요리사
ประธาน	쁘라탄-	사장
กรรมการ	깜마깐-	이사
อาจารย์	아-짠-	교수
อธิการบดี	아티깐-버디-	총장
จิตรกร	찟뜨라껀-	화가
นักเรียน	낙리-얀	학생
นักศึกษา	낙쓱싸-	대학생
ไกด์	까이	가이드
สถาปนิก	싸타-빠닉	건축가
วิศวกร	위싸와껀-	기술자, 엔지니어
ทนายความ	타나-이쾀-	변호사
ชาวนา	차-우나-	농민, 농부
ชาวประมง	차-우쁘라몽	어민, 어부

인사와 소개

นักศึกษาบัณฑิตวิทยาลัย	낙쓱싸-반딧위타야-라이	대학원생
นักแปล	낙쁠래-	번역가
นักบิน	낙빈	파일럿
คนขับรถ	콘캅롯	운전기사
คนสวน	콘쑤-언	정원사
แม่บ้าน	매-반-	가정주부
ล่าม	람-	통역가
นักข่าว	낙카-우	기자
นักเขียนการ์ตูน	낙키-얀까-뚠-	만화가
พ่อค้า	퍼-카-	남자 상인
แม่ค้า	매-카-	여자 상인
นักการเมือง	낙깐-므-엉	정치인
นักวิทยาศาสตร์	낙위타야-쌋-	과학자
นักการทูต	낙깐-툿-	외교관
พระ	프라	승려, 중
นักกวี	낙까위-	시인
นักเขียน	낙키-얀	작가
นักดนตรี	낙돈뜨리-	음악가
พนักงาน	파낙응안-	직원, 사원
พนักงานขาย	파낙응안-카-이	판매원
พนักงานธนาคาร	파낙응안-타나-칸-	은행원
ประธานาธิบดี	쁘라타-나-티버디-	대통령
ช่างเสริมสวย	창-씀ㅓ-쑤-어이	미용사
ช่างไม้	창-마이	목수

관련단어

นายกรัฐมนตรี	나-욕랏타몬뜨리-	수상, 총리
เลขานุการ	레-카-누깐-	비서
นักธุรกิจ	낙투라낏	사업가
นักกีฬา	낙낄-라-	운동선수
บุรุษพยาบาล	부룻파야-반-	남자 간호사
นางพยาบาล	낭-파야-반-	여자 간호사
เภสัชกร	페-쌋차껀-	약사
นักแต่งเพลง	낙땡-플랭-	작곡가
นักบัญชี	낙반치-	회계사

2장

시간과 날씨

1. 시간을 물을 때
2. 요일을 물을 때
3. 날짜를 물을 때
4. 시간에 관한 표현
5. 약속을 정할 때
6. 날씨 표현 1
7. 날씨 표현 2
8. 자연재해

Thai language

제2장

1. 시간을 물을 때

주요표현

A : ตอนนี้ กี่โมง ครับ
떤–니– 끼–몽– 크랍

B : ตอนนี้ 3 โมง ค่ะ
떤–니– 쌈– 몽– 카

A : 지금 몇 시예요?
B : 지금 3시입니다.

지금 몇 시나 됐나요?

ตอนนี้ กี่โมง แล้ว ครับ
떤–니– 끼–몽– 래–우 크랍

9시 정각입니다.

9 โมง ตรง ครับ
까오 몽– 뜨롱 크랍

시간이 있습니까?

มี เวลา ไหม ครับ
미– 웰–라– 마이 크랍

일 끝나고 만납시다.

เลิกงาน แล้ว พบ กัน ครับ
륵ㅓ– 응안– 래–우 폽 깐 크랍

몇 시에 만날까요?

เจอ กัน กี่โมงดี ครับ
쯔ㅓ– 깐 끼–몽– 디– 크랍

아니요, 저는 2시 30분에 약속이 있습니다.

ไม่ มี เวลา ครับ ผม มี นัด ตอนบ่าย 2 โมง 30 นาที ครับ

마이 미- 웰-라- 크랍 폼 미- 낫 떤-바-이 썽- 몽- 쌈-씹 나-티- 크랍

너무 빨라요. 5시 30분에 만나요.

เร็ว ไป ครับ เจอ กัน ตอน 5 โมง 30 นาที ครับ

레우 빠이 크랍 쩌- 깐 떤- 하- 몽- 쌈-씹 나-티- 크랍

그러면 7시가 더 좋습니다.

ถ้างั้น 1 ทุ่ม น่าจะ ดีกว่า ครับ

타-응안 능 툼 나- 짜 디- 꽈- 크랍

네, 그렇게 합시다. 그때 봅시다.

ครับ อย่างนั้น ก็ได้ ครับ แล้ว พบ กัน นะ ครับ

크랍 양-난 꺼-다이 크랍 래-우 폽 깐 나 크랍

ปี[삐- : 년, 세, 살]의 위치

나이, 연수를 세거나 연도를 말할 때 쓰는 단어 ปี[삐-]는 사용 의미에 따라 위치가 다릅니다.

1) 연도를 말할 때는 숫자 앞에 위치

예) ปี 2016 삐- 썽-판 씹 혹 2016년

2) 나이 또는 연수를 세는 수량사로 사용할 때는 숫자 다음에 위치

제2장

2. 요일을 물을 때

주요표현

A : วันนี้ เป็น วัน อะไร ครับ
완니– 뻰 완 아라이 크랍

B : วันนี้ วันจันทร์ ค่ะ
완니– 완짠 카

A : 오늘은 무슨 요일이지요?

B : 오늘은 월요일입니다.

이번 주말에 어디 가시나요?

วันหยุดสุดสัปดาห์นี้ ไป ที่ไหน คะ
완윳쏫쌉다– 니– 빠이 티–나이 카

지난 토요일에는 무엇을 하셨나요?

วันเสาร์ที่แล้ว คุณ ทำ อะไร คะ
완싸오 티–래–우 쿤 탐 아라이 카

이 일 때문에 매우 바빴습니다.

ยุ่ง มาก เพราะ เรื่องนี้ ค่ะ
융 막– 프러 르–엉 니– 카

이번 금요일까지 마칠 수 있습니까?

วันศุกร์นี้ จะ เสร็จ ได้ หรือเปล่า คะ
완쑥 니– 짜 쎗 다이 르–쁠라오 카

빠르면 빠를수록 좋습니다.

ยิ่ง เร็ว ยิ่ง ดี ค่ะ
잉 레우 잉 디– 카

시간과 날씨

금요일까지는 어렵고, 다음주 월요일까지 해보겠습니다.

วันศุกร์ คงจะ ยาก สักหน่อย จะ ทำให้ เสร็จ ถึง วันจันทร์หน้า ค่ะ

완쑥 콩 짜 약-싹 너-이 짜 탐하이 쎗 틍 완짠나- 카

다음 주까지는 끝내 주세요.

ช่วย ทำให้ เสร็จ จนถึง สัปดาห์หน้า ค่ะ

추-어이 탐하이 쎗 쫀틍 쌉다-나- 카

최선을 다하겠습니다.

จะ ทำ ให้ เต็มที่ ค่ะ

짜 탐 하이 뗌티- 카

약속합니다. / 책임지겠습니다.

ฉัน สัญญา ค่ะ / ฉัน จะ รับผิดชอบ ค่ะ

찬 싼야- 카 / 찬 짜 랍핏첩- 카

이 프로젝트를 마친 후에 휴가를 갈 겁니다.

หลังจาก เสร็จ โปรเจคนี้ แล้ว จะ ลาพักร้อน ค่ะ

랑짝- 쎗 쁘로-쩩- 니- 래-우 짜 라-팍 런- 카

📎 **태국 국가(國歌)와 국기 게양**

태국 내 학교 등 공공 기관에서는 매일 오전 8시에 국가를 틀며 국기도 같이 게양합니다. 또한, 저녁 6시에 게양한 국기를 내립니다. 이 시간에 태국의 텔레비전 채널이나 라디오를 틀면 국가를 들을 수 있습니다.

제 2 장 3. 날짜를 물을 때

주요표현

A : วันนี้ วัน ที่เท่าไร ครับ
완니– 완 티–타오라이 크랍

B : วันนี้ วันที่ 3 ตุลาคม ค่ะ
완니– 완티– 쌈– 뚤라–콤 카

A : 오늘은 며칠인가요?

B : 오늘은 10월 3일입니다.

며칠이죠?

วัน ที่เท่าไร ครับ
완 티–타오라이 크랍

오늘은 12월 10일입니다.

วันนี้ วันที่ 10 ธันวาคม ครับ
완니– 완티– 씹 탄와–콤 크랍

오늘은 4월 1일인가요?

วันนี้ วันที่ 1 เมษายน หรือเปล่า ครับ
완니– 완티– 능 메–싸–욘 르–쁠라오 크랍

아니요, 오늘은 4월 2일입니다.

เปล่า ครับ วันนี้ วันที่ 2 เมษายน ครับ
쁠라오 크랍 완니– 완티– 썽– 메–싸–욘 크랍

생일이 언제입니까?

วันเกิด เมื่อไร ครับ
완끄ㅓ– 므–어라이 크랍

8월 24일입니다.

วันที่ 24 สิงหาคม ครับ

완티– 이–씹 씨– 씽하–콤 크랍

여름방학은 언제 시작합니까?

ปิดเทอมหน้าร้อน เริ่ม เมื่อไร ครับ

삣틈ㅓ– 나–런– 름ㅓ– 므–어라이 크랍

6월 말부터요.

ตั้งแต่ ปลายมิถุนายน ครับ

땅때– 쁠라–이 미투나–욘 크랍

개학은 언제 합니까?

เปิดเทอม เมื่อไร ครับ

뿟ㅓ–틈ㅓ– 므–어라이 크랍

9월 초입니다.

ต้นเดือนกันยายน ครับ

똔드–언 깐야–욘 크랍

휴가는 언제부터인가요?

ลาพักร้อน ตั้งแต่ เมื่อไร ครับ

라–팍런– 땅때– 므–어라이 크랍

다음주부터 휴가입니다.

ลาพักร้อน ตั้งแต่ สัปดาห์หน้า ครับ

라–팍런– 땅때– 쌉다–나– 크랍

제2장 4. 시간에 관한 표현

주요표현

A : นาฬิกานี้ ตรง ไหม ครับ
날-리까 니- 뜨롱 마이 크랍

B : เร็ว ไป 5 นาที ค่ะ
레우 빠이 하- 나-티- 카

A : 이 시계가 맞나요?
B : 5분 빠릅니다.

이 시계는 꽤 정확합니다.
นาฬิกานี้ ค่อนข้าง ตรง ครับ
날-리까 니- 컨-캉- 뜨롱 크랍

이 시계는 10분 느립니다.
นาฬิกานี้ ช้า ไป 10 นาที ครับ
날-리까 니- 차- 빠이 씹 나-티- 크랍

당신 시계는 좀 느린 것 같습니다.
เหมือน นาฬิกา ของ คุณ จะ ช้า ไป นิดหน่อย ครับ
므-언 날-리까 컹- 쿤 짜 차- 빠이 닛너-이 크랍

이 시계는 5분 빠르게 해놓았습니다.
ตั้ง นาฬิกานี้ เร็ว ไว้ 5 นาที ครับ
땅 날-리까 니- 레우 와이 하- 나-티- 크랍

이 시계가 이상합니다.
นาฬิกานี้ แปลก ครับ
날-리까 니- 쁠랙- 크랍

시간과 날씨

배터리가 다 됐네요.
แบตเตอรี่ หมด แล้ว ครับ
뱃-뜨ㅓ-리- 못 래-우 크랍

배터리를 교환해 주세요.
ช่วย เปลี่ยน แบตเตอรี่ ให้หน่อย ครับ
추-어이 쁠리-얀 뱃-뜨ㅓ-리- 하이 너-이 크랍

이 시계는 고장이군요.
นาฬิกานี้ เสีย ครับ
날-리까 니- 씨-야 크랍

이 시계를 고쳐 주세요.
ช่วย ซ่อม นาฬิกานี้ ให้หน่อย ครับ
추-어이 썸- 날-리까 니- 하이 너-이 크랍

수리하는 데 한 시간 정도 걸립니다.
ซ่อม นาฬิกา ใช้เวลา ประมาณ 1 ชั่วโมง ครับ
썸- 날-리까 차이 웰-라 쁘라만 능 추-어 몽 크랍

시계를 정확한 시간으로 맞춰 주세요.
ช่วย ปรับ นาฬิกา ให้ ตรงเวลา ครับ
추-어이 쁘랍 날-리까 하이 뜨롱 웰-라 크랍

알람 시간 맞춰 주세요.
ตั้ง เวลาปลุก ด้วย ครับ
땅 웰-라 쁠룩 두-어이 크랍

제2장

5. 약속을 정할 때

주요표현

A : เจอ กัน ได้ เมื่อไร ครับ
쯔ㅓ– 깐 다이 므–어라이 크랍

B : สุดสัปดาห์นี้ มา ได้ไหม คะ
쑷쌉다–니– 마– 다이 마이 카

A : 언제 만나 뵐까요?

B : 이번 주말에 올 수 있어요?

시간 약속을 하고 싶은데요.

อยากจะ นัด เวลา ครับ
약– 짜 낫 웰–라– 크랍

멸 시에 만날까요?

เจอ กัน กี่โมงดี ครับ
쯔ㅓ– 깐 끼– 몽– 디– 크랍

오후에 댁을 방문해도 좋겠습니까?

ไป พบ ที่ บ้าน ใน ช่วงบ่าย จะ ดีไหม ครับ
빠이 폽 티– 반– 나이 추–엉 바–이 짜 디– 마이 크랍

오후에 밖에 나갑니다.

ตอนบ่าย ออกไป ข้างนอก ครับ
떤–바–이 억–빠이 캉–넉– 크랍

내일 와 주세요.

ช่วย มา พรุ่งนี้ ครับ
추–어이 마– 프룽니– 크랍

다른 약속 때문에 시간이 없습니다.

เพราะ มี นัดอื่น เลย ไม่ มี เวลา ครับ

프러 미- 낫 은- 르ㅓ-이 마이 미- 웰-라- 크랍

좋습니다. 내일 가겠습니다.

ดี เลย พรุ่งนี้ จะ ไป นะ ครับ

디- 르ㅓ-이 프룽니- 짜 빠이 나 크랍

오늘 저녁에 뵐 수 있겠죠?

เจอ กัน เย็นนี้ ได้ ใช่ไหม ครับ

쯔ㅓ- 깐 옌니- 다이 차이마이 크랍

좋습니다. 기다리겠습니다.

ดี เลย เดี๋ยว จะ รอ ครับ

디- 르ㅓ-이 디-여우 짜 러- 크랍

오후 3시에 괜찮습니다.

ผม สะดวก ตอนบ่าย 3 โมง ครับ

폼 싸두-억 떤-바-이 쌈- 몽- 크랍

본명과 닉네임

태국인들은 본명 외에 일상생활에서 서로 편하게 부를 수 있는 짧고 쉬운 닉네임(ชื่อเล่น 츠-렌-)이 있습니다. 닉네임은 보통 부모님이 자녀에게 지어주는데 본명에 들어 있는 태국어 문자나 단어를 가져와 부르거나 동물, 과일 이름으로 부르기도 합니다. 또한, 영어 단어나 알파벳에서 가져와서 닉네임으로 사용하는 경우도 있습니다.

제2장 6. 날씨 표현 1

주요표현

A : วันนี้ อากาศ เป็นอย่างไร บ้าง ครับ
완니- 아-깟- 뻰양-라이 방- 크랍

B : วันนี้ อากาศ ดี ค่ะ
완니- 아-깟- 디- 카

A : 오늘 날씨가 어때요?
B : 오늘은 날씨가 좋습니다.

오늘은 날씨가 좋고 시원합니다.
วันนี้ อากาศ ดี และ เย็นสบาย ครับ
완니- 아-깟- 디- 래 옌싸바-이 크랍

따뜻합니다.
อบอุ่น ครับ
옵운 크랍

덥고 습기 찹니다.
อากาศ ร้อน และ ชื้น ครับ
아-깟- 런- 래 츤- 크랍

오늘은 날씨가 흐립니다.
วันนี้ อากาศ ครึ้ม ครับ
완니- 아-깟- 크름 크랍

바람이 붑니다.
ลม พัด ครับ
롬 팟 크랍

시간과 날씨

비가 옵니다. 폭풍우입니다.
ฝน ตก ครับ เป็น พายุฝน ครับ
훤 똑 크랍 뻰 파-유훤 크랍

장마철입니다.
ฤดูฝนตกหนัก ครับ
르두- 훤 똑 낙 크랍

비가 많이 옵니다.
ฝน ตก มาก ครับ
훤 똑 막- 크랍

오늘은 춥습니다.
วันนี้ อากาศ หนาว ครับ
완니- 아-깟- 나-우 크랍

눈이 내립니다.
หิมะ ตก ครับ
히마 똑 크랍

날씨가 우중충합니다.
อากาศ มืดครึ้ม ครับ
아-깟- 믓-크름 크랍

첫눈이 내렸습니다.
หิมะแรก ตก แล้ว ครับ
히마 랙- 똑 래-우 크랍

제2장 7. 날씨 표현 2

주요 표현

A : พยากรณ์อากาศ บอกว่า พรุ่งนี้ ฝน จะ ตก ครับ
파야–껀–아–깟– 벅– 와– 프룽니– 훤 짜 똑 크랍

B : จริงหรือ คะ อย่า ลืม ร่ม นะ คะ
찡 르– 카 야– 름– 롬 나 카

A : 일기예보에서 내일 비가 온다고 합니다.
B : 정말요? 우산 잊지 말아요.

오늘 일기예보는 어때요?

พยากรณ์อากาศ วันนี้ เป็นอย่างไร บ้าง คะ
파야–껀–아–깟– 완니– 뻰양–라이 방– 카

지금은 하늘이 맑습니다.

ตอนนี้ ฟ้า โปร่ง ค่ะ
떤–니– 화– 쁘롱– 카

오후는 흐릴 것입니다.

ตอนบ่าย จะ ครึ้ม ค่ะ
떤–바–이 짜 크름 카

내일은 비가 온다고 합니다.

บอกว่า พรุ่งนี้ ฝน จะ ตก ค่ะ
벅–와– 프룽니– 훤 짜 똑 카

다음 주부터는 우기입니다.

ตั้งแต่ สัปดาห์หน้า เป็น ฤดูฝน ค่ะ
땅때– 쌉다–나– 뻰 르두–훤 카

시간과 날씨

여름에는 비가 거의 안 와요.
ฤดูร้อน ฝน แทบ ไม่ ตก ค่ะ
르두-런- 훤 탭- 마이 똑 카

장마 후에는 더워질 겁니다.
หลัง ฝน ตก หนัก จะ ร้อน ขึ้น ค่ะ
랑 훤 똑 낙 짜 런- 큰 카

다음 달에는 태풍이 온다고 합니다.
บอกว่า เดือนหน้า จะ มี พายุไต้ฝุ่น ค่ะ
벅-와- 드-언나- 짜- 미 파-유따이훈 카

태풍에 주의해야 합니다.
ต้อง ระวัง พายุไต้ฝุ่น ค่ะ
떵- 라왕 파-유따이훈 카

여기 겨울은 춥습니까?
ที่นี่ ฤดูหนาว อากาศ หนาว ไหม คะ
티-니- 르두-나-우 아-깟- 나-우 마이 카

태국의 미신 – 시간과 색깔

태국인들은 시간과 색깔에 대한 미신을 많이 믿는 편입니다. 예를 들어, 차를 한 대 구입할 때 차를 처음으로 운전하기에 좋은 날을 고려하며, 이때 차를 구입하려는 사람의 생일에 따라 구입할 차의 좋은 색깔과 나쁜 색깔도 같이 고려합니다.

제2장 8. 자연재해

> A : ฝน ตก หนัก มาก ครับ
> 훤 똑 낙 막 크랍
>
> B : ตก หนัก จริงๆ ด้วย ยังกับ ฟ้า จะ ถล่ม ค่ะ
> 똑 낙 찡찡 두-어이 양깝 화- 짜 탈롬 카
>
> A : 비가 많이 내리네요
> B : 하늘에 구멍 뚫리듯이 정말 많이 내리네요.

태풍이 상륙한다고 합니다.

บอกกันว่า พายุ จะ ขึ้น ฝั่ง ค่ะ
벅-깐와- 파-유 짜 큰 황 카

태풍 피해는 없었습니까?

ไม่ ได้รับ ความเสียหาย จาก พายุ ใช่ไหม คะ
마이 다이랍 쾀-씨-야하-이 짝- 파-유 차이마이 카

바람이 무척 세게 붑니다.

ลมพัด แรง มาก ค่ะ
롬팟 랭- 막- 카

이 지역은 지진이 자주 발생합니다.

พื้นที่นี้ เกิด แผ่นดินไหว บ่อย ค่ะ
픈-티-니- 끗ㅓ- 팬-딘와이 버-이 카

해일의 위험은 없습니다.

ทะเล ไม่ มี คลื่นใหญ่ ค่ะ
탈레- 마이 미- 클른-야이 카

홍수로 인한 피해가 속출하고 있습니다.

ความเสียหาย จาก น้ำท่วม มี เพิ่มขึ้น เรื่อยๆ ค่ะ

콤-씨-야하-이 짝- 남-투-엄 미- 플ㅓ-큰 르-어이르-어이 카

눈사태가 일어났습니다.

เกิด หิมะถล่ม ค่ะ

끗ㅓ- 히마탈롬 카

가뭄이 계속되어서 논밭이 말라붙고 있습니다.

การแห้งแล้ง อย่างต่อเนื่อง จน ทำให้ ไร่นา แห้งตายกันหมด ค่ะ

깐-행-랭- 양-떠-느-엉 쫀 탐하이 라이나- 행-따-이깐못 카

지금 밖에는 천둥 번개가 칩니다.

ตอนนี้ ฟ้าร้อง ฟ้าผ่า อยู่ ด้านนอก ค่ะ

떤-니- 화-렁- 화-파- 유- 단-넉- 카

이 지역은 자주 냉해 피해를 입습니다.

พื้นที่แห่งนี้ เกิด ความเสียหาย จาก ภัยหนาว อยู่ บ่อยๆ ค่ะ

프-티-행-니- 끗ㅓ- 콤-씨-야하-이 짝- 파이나-우 유- 버-이버-이 카

침수되었습니다.

จม อยู่ ใน น้ำ แล้ว ค่ะ / น้ำท่วม แล้ว ค่ะ

쫌 유- 나이 남 래-우 카 / 남투-엄 래-우 카

관련단어

날씨

อุณหภูมิ	운나하품–	온도, 기온
พระอาทิตย์	프라아–팃	태양
พระจันทร์	프라짠	달
ดวงดาว	두–엉다–우	별
แจ่มใส	짬–싸이	맑은
เมฆ	멕–	구름
หมอก	먹–	안개
น้ำค้าง	남캉–	이슬
ละอองฝน	라엉–훤	이슬비
ฝน	훤	비
ฝนไล่ช้าง	훤라이창–	소나기
ห่าฝน	하–훤	폭우
น้ำท่วม	남투–엄	홍수
ฟ้าร้อง	화–렁–	천둥
ฟ้าแลบ	화–랩–	번개
ลม	롬	바람
ลมพัด	롬팟	바람이 분다
หิมะ	히마	눈
หิมะตก	히마똑	눈이 내리다
น้ำแข็ง	남캥	얼음
ลูกเห็บ	룩–헵	우박
ความชื้น	쾀–츤–	습기

.... 시간과 날씨

숫자(기수/서수)

๑ / หนึ่ง	능	1
๒ / สอง	썽-	2
๓ / สาม	쌈-	3
๔ / สี่	씨-	4
๕ / ห้า	하-	5
๖ / หก	혹	6
๗ / เจ็ด	쩻	7
๘ / แปด	뺏-	8
๙ / เก้า	까오	9
๑๐ / สิบ	씹	10
สิบเอ็ด	씹엣	11
สิบสอง	씹썽-	12
สิบสาม	씹쌈-	13
สิบสี่	씹씨-	14
สิบห้า	씹하-	15
สิบหก	씹혹	16
สิบเจ็ด	씹쩻	17
สิบแปด	씹뺏-	18
สิบเก้า	씹까오	19
ยี่สิบ	이-씹	20
ยี่สิบเอ็ด	이-씹엣	21
สามสิบ	쌈-씹	30
สี่สิบ	씨-씹	40

59

관련단어

ห้าสิบ	하-씹	50
หกสิบ	혹씹	60
ร้อย	러-이	100
พัน	판	1,000(천)
หมื่น	믄-	10,000(만)
แสน	쌘-	100,000(십만)
ล้าน	란-	1,000,000(백만)
สิบล้าน	씹 란-	10,000,000(천만)
ร้อยล้าน	러-이 란-	100,000,000(억)
ที่๑	티-능	첫 번째
ที่๒	티-썽-	두 번째
ที่๓	티-쌈-	세 번째
ที่๔	티-씨-	네 번째
ที่๕	티-하-	다섯 번째
ที่๖	티-혹	여섯 번째
ที่๗	티-쩻	일곱 번째
ที่๘	티-뺏-	여덟 번째
ที่๙	티-까오	아홉 번째
ที่๑๐	티-씹	열 번째

년, 월, 일

ปี	삐-	년
ปีนี้	삐-니-	올해
ปีที่แล้ว	삐-티-래-우	작년
ปีหน้า	삐-나-	내년

.... 시간과 날씨

มกราคม	목까라—콤 / 마까라—콤	1월
กุมภาพันธ์	꿈파—판	2월
มีนาคม	미—나—콤	3월
เมษายน	메—싸—욘	4월
พฤษภาคม	프르싸파—콤	5월
มิถุนายน	미투나—욘	6월
กรกฎาคม	까라까다—콤	7월
สิงหาคม	씽하—콤	8월
กันยายน	깐야—욘	9월
ตุลาคม	뚤라—콤	10월
พฤศจิกายน	프르싸찌까—욘	11월
ธันวาคม	탄와—콤	12월
วัน	완	날, 일
วันนี้	완니—	오늘
เมื่อวานนี้	므—어완—니—	어제
พรุ่งนี้	프룽니—	내일
มะรืนนี้	마른—니—	모레

달, 주, 시간

เดือน	드—언	달
เดือนที่แล้ว	드—언티—래—우	지난달
เดือนนี้	드—언니—	이번 달
เดือนหน้า	드—언나—	다음 달
อาทิตย์ / สัปดาห์	아—팃 / 쌉다—	주
อาทิตย์ที่แล้ว	아—팃티—래—우	지난주

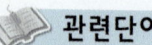 **관련단어**

สัปดาห์ที่แล้ว	쌉다-티-래-우	지난주
อาทิตย์นี้	아-팃니-	이번주
สัปดาห์นี้	쌉다-니-	이번주
อาทิตย์หน้า	아-팃나-	다음주
สัปดาห์หน้า	쌉다-나-	다음주
เช้า	차오	아침
เที่ยง(วัน)	티-양(완)	정오
บ่าย	바-이	오후
เย็น	옌	저녁
คืน	큰-	밤
เที่ยงคืน	티-양큰-	자정
วินาที	위나-티-	초
นาที	나-티-	분
โมง	몽-	시
ชั่วโมง	추-어몽-	시간(시간을 셀 때)

요일

วันจันทร์	완짠	월요일
วันอังคาร	완앙칸-	화요일
วันพุธ	완풋	수요일
วันพฤหัสบดี	완프르핫싸버디- / 완파르핫싸버디-	
		목요일
วันศุกร์	완쑥	금요일
วันเสาร์	완싸오	토요일
วันอาทิตย์	완아-팃	일요일

의견 · 감정 · 관심

3장

1. 긍정의 표현
2. 맞장구치기
3. 부정의 표현
4. 기쁠 때
5. 기분이 좋지 않을 때
6. 화나거나 놀랐을 때
7. 실망, 불만일 때
8. 위로할 때
9. 칭찬할 때
10. 사과할 때
11. 감사할 때
12. 허락, 허가의 표현
13. 거절할 때
14. 부탁할 때
15. 외모에 대한 표현
16. 성격에 대한 표현
17. 호감을 나타낼 때

Thai language

제3장

1. 긍정의 표현

주요표현

A : เขา เป็น นักร้อง ไม่ ได้ เรื่อง เลย ครับ
카오 뻰 낙렁– 마이 다이 르–엉 르ㅓ–이 크랍

B : ดิฉัน ก็ คิด อย่างนั้น เช่นกัน ค่ะ
디찬 꺼– 킷 양–난 첸–깐 카

A : 그는 형편없는 가수예요.

B : 저도 그렇게 생각합니다.

좋습니다.

ดีเลย ครับ
디–르ㅓ–이 크랍

네, 좋아요.

ครับ ดี ครับ
크랍 디– 크랍

네, 정말입니다.

ครับ จริงๆ ครับ
크랍 찡찡 크랍

그렇게 생각합니다.

คิด อย่างนั้น เช่นกัน ครับ
킷 양–난 첸–깐 크랍

찬성합니다.

เห็นด้วย ครับ
헨두–어이 크랍

그렇습니다.

ใช่แล้ว ครับ
차이 래-우 크랍

물론입니다.

แน่นอน ครับ
내-넌- 크랍

동감입니다.

รู้สึก เหมือนกัน ครับ
루-쓱 므-언깐 크랍

당신 말이 맞습니다.

คุณ พูด ถูก ครับ
쿤 풋- 툭- 크랍

그것도 일리가 있습니다.

นั่น ก็ เป็น เหตุผล ครับ
난 꺼- 뻰 헷-폰 크랍

그것은 당연합니다.

อันนั้น มัน แน่นอน ครับ
안난 만 낸-넌- 크랍

저도 동의합니다.

ผมเอง ก็ เห็นด้วย ครับ
폼엥- 꺼- 헨두-어이 크랍

제3장 2. 맞장구치기

주요표현

A : คุณชัย แผนกการขาย จะ แต่งงาน ครับ
쿤 차이 파낵-깐-카-이 짜 땡-응안- 크랍

B : อุ้ยตาย จริงเหรอ คะ
우이따-이 찡러- 카

A : 영업부의 차이 씨가 결혼한대요.

B : 어머나, 그래요?

정말입니까?

จริงเหรอ คะ
찡 러- 카

그래, 맞아.

ใช่ ถูกต้องแล้ว
차이 툭-떵- 래-우

그렇고 말고요.

อย่างนั้นเลย ค่ะ / มันใช่เลย ค่ะ
양-난 르ㅓ-이 카 / 만 차이 르ㅓ-이 카

맞습니다.

ถูกต้อง ค่ะ
툭-떵- 카

정말 그러네요.

เป็นอย่างนั้น จริงๆ ค่ะ
뻰양-난 찡찡 카

의견 • 감정 • 관심

과연 그렇군요.
สุดท้าย ก็ เป็นอย่างนั้น ค่ะ
쑷타–이 꺼 뻰양–난 카

그렇죠!
ใช่ ค่ะ
차이 카

그거야 물론이죠.
นั่น มัน แน่นอน อยู่แล้ว ค่ะ
난 만 내–넌 유–래–우 카

아마 그렇겠죠?
อาจจะ เป็นอย่างนั้น ก็ได้ คะ
앗–짜 뻰양–난 꺼–다이 카

역시…
สมกับที่เป็น…
쏨깝티–뻰…

아, 그렇군요.
อ๋อ อย่างนั้นเอง ค่ะ
어– 양–난엥– 카

그래요?
อย่างนั้น เหรอ คะ
양–난 러– 카

67

제3장 3. 부정의 표현

주요표현

A : เบอร์นี้ ถูก ไหม ครับ
브ㅓ–니– 툭– 마이 크랍

B : ไม่ ค่ะ เบอร์นี้ ผิด ค่ะ
마이 카 브ㅓ–니– 핏 카

A : 이 번호 맞습니까?

B : 아니요, 틀립니다.

전혀 다릅니다.

ต่างกัน โดยสิ้นเชิง ครับ
땅–깐 도–이씬층ㅓ– 크랍

아마 다르겠죠.

น่าจะ ต่างกัน นะ ครับ
나–짜 땅–깐 나 크랍

그렇게 생각하지 않습니다.

ไม่ คิด อย่างนั้น ครับ
마이 킷 양–난 크랍

아니요, 그렇지 않습니다.

ไม่ ครับ ไม่ได้เป็น อย่างนั้น ครับ
마이 크랍 마이다이뻰 양–난 크랍

아니요, 아직입니다.

เปล่า ยัง ครับ
쁠라오 양 크랍

의견 · 감정 · 관심

아뇨, 이제 됐습니다.
ไม่ ครับ ตอนนี้ เรียบร้อยแล้ว ครับ
마이 크랍 떤-니- 리-얍러-이래-우 크랍

안 됩니다.
ไม่ ได้ ครับ
마이 다이 크랍

그건 안 되겠어요.
อันนั้น คง ไม่ ได้ ครับ
안난 콩 마이 다이 크랍

그 의견에는 동의하기 어렵습니다.
ยากที่ จะ เห็นด้วย กับ ความคิดนั้น ครับ
약-티- 짜 헨두-어이 깝 쾀-킷난 크랍

저의 생각과 다릅니다.
ต่างกับ ความคิด ของ ผม ครับ
땅-깝 쾀-킷 컹 폼 크랍

당신 말은 틀렸습니다.
คำพูด ของ คุณ ผิด แล้ว ครับ
캄풋- 컹 쿤 핏 래-우 크랍

반대입니다.
ไม่ เห็นด้วย ครับ
마이 헨두-어이 크랍

69

제3장   4. 기쁠 때

주요표현

A : ผม สอบติด ครับ
폼 썹-띳 크랍

B : เก่ง จริงๆ ค่ะ
껭- 찡찡 카

A : 저 시험에 붙었어요.
B : 정말 잘되었군요!

저는 오늘 매우 기쁩니다.
วันนี้ ฉัน ดีใจ มาก ค่ะ
완니- 찬 디-짜이 막- 카

정말 너무 기쁩니다.
ดีใจ มาก จริงๆ ค่ะ
디-짜이 막- 찡찡 카

정말 대단해요! 축하합니다.
ยอดเยี่ยม จริงๆ ค่ะ ยินดีด้วย ค่ะ
엿-이-얌 찡찡 카 인디-두-어이 카

감동했습니다.
ประทับใจ ค่ะ
쁘라탑짜이 카

이것은 정말 좋은 소식입니다.
เรื่องนี้ เป็น ข่าวดี จริงๆ ค่ะ
르-엉니- 뻰 카-우디- 찡찡 카

의견 • 감정 • 관심

행복합니다.
มี ความสุข ค่ะ
미– 쾀–쑥 카

저는 기뻐서 잠을 잘 못 잤습니다.
ดิฉัน มี ความสุข จน นอนไม่หลับ เลย ค่ะ
디찬 미– 쾀–쑥 쫀 넌–마이랍 르ㅓ–이 카

그거 다행이네요.
นั่น โชคดี เลย ค่ะ
난 촉–디– 르ㅓ–이 카

기분 좋아.
อารมณ์ดี
아–롬 디–

됐다!
ได้แล้ว
다이래–우

운이 좋았어요.
ดวงดี ค่ะ
두–엉 디– 카

오늘은 운이 좋네요.
วันนี้ เป็น วันโชคดี ค่ะ / วันนี้ ดวงดี ค่ะ
완니– 뻰 완촉–디 카 / 완니 두–엉디– 카

71

제3장 5. 기분이 좋지 않을 때

주요표현

A : **คุณปู่ เสียชีวิต เมื่อคืนนี้ ครับ**
쿤뿌- 씨-야치-윗 므-어큰-니- 크랍

B : **เสียใจด้วย นะ คะ**
씨-야짜이두-어이 나 카

A : 어젯밤에 할아버지가 돌아가셨습니다.
B : 유감이네요.

아, 슬프다.
เห้อ เสียใจ จัง
흐ㅓ- 씨-야짜이 짱

실연 때문에 가슴이 아파.
เสียใจ เพราะ อกหัก
씨-야짜이 프러 옥학

괴로워서 참을 수가 없어요.
ทุกข์ จน ทน ไม่ ได้ ครับ
툭 쫀 톤 마이 다이 크랍

슬픈 표정을 하고 있네.
ทำหน้า เสียใจ อยู่
탐나- 씨-야짜이 유-

우울해.
รู้สึก ห่อเหี่ยว
루-쓱 허-히-여우

의견 • 감정 • 관심

왠지 쓸쓸해지네.
ทำไม เงียบเหงา จัง
탐마이 응이-얍응아오 짱

절망적이야.
ผิดหวัง จัง
핏왕 짱

울고 싶어.
อยาก ร้องไห้
약- 렁-하이

눈물이 안 멈춰.
น้ำตา ไหล ไม่ หยุด
남따- 라이 마이 윳

답답합니다.
อึดอัดใจ ครับ
읏앗짜이 크랍

내 마음은 지금 쓸쓸해.
ใจ ผม เหงา มาก เลย ตอนนี้
짜이 폼 응아오 막- 르ㅓ-이 떤-니-

기분 상했어요.
อารมณ์เสีย แล้ว ครับ
아-롬 씨-야 래-우 크랍

73

제3장 6. 화나거나 놀랐을 때

주요표현

A: เห็นว่า มี ไฟไหม้ ตึก แถวนี้ ครับ
헨와– 미– 화이마이 뜩 태–우니– 크랍

B: จริงเหรอ คะ
찡러– 카

A : 근처 빌딩에서 화재가 났다고 해요.

B : 정말이에요?

아, 놀랐어.

โอ๊ะ ตกใจ หมด เลย
오 똑짜이 못 르ㅓ–이

깜짝 놀랐잖아요.

ตกใจ หมด เลย ค่ะ
똑짜이 못 르ㅓ–이 카

놀래키지 마.

อย่า ทำให้ ตกใจ สิ
야– 탐하이 똑짜이 씨

전혀 금시초문인데요.

ไม่ เคย ได้ยิน มาก่อนเลย ค่ะ
마이 크ㅓ–이 다이인 마–껀–르ㅓ–이 카

정말 믿을 수가 없네요.

เชื่อ ไม่ ได้ เลย จริงๆ ค่ะ
츠–어 마이 다이 르ㅓ–이 찡찡 카

의견 · 감정 · 관심

화가 나!
โกรธ
끄롯-

신경질 나!
หงุดหงิด
응웃응잇

열 받네!
โกรธ จัง เลย
끄롯- 짱 르ㅓ-이

더 참을 수 없어.
อดทน ต่อไป ไม่ ได้
옷톤 떠-빠이 마이 다이

간섭하지 마.
อย่า มา ยุ่ง นะ
야- 마- 융 나

하느님 맙소사!
พระเจ้าช่วย
프라짜오 추-어이

태국어 금지 표현
ห้าม [함- : 금지] / อย่า [야- : ~하지 마라]
ห้าม จอด รถ 함- 쩟- 롯 주차 금지
อย่า ดื่ม เหล้า 야- 듬- 라오 술을 마시지 마세요.

제3장 7. 실망, 불만일 때

주요표현

A: **โอ้ว ตายแล้ว**
오-우 따-이 래-우

B: **มี เรื่อง อะไร เหรอ**
미- 르-엉 아라이 러-

A: 아, 맙소사!
B: 무슨 일이야?

아, 큰일이다!
โอ้ว เรื่อง ใหญ่ แล้ว
오-우 르-엉 야이 래-우

이거 정말 싫어요.
ไม่ ชอบ อันนี้ จริงๆ
마이 첩- 안 니- 찡찡

졌다. / 포기한다.
ยอม แพ้ แล้ว
염- 패- 래-우

이거 별로다.
อันนี้ ไม่ ได้ เรื่อง เลย
안 니- 마이 다이 르-엉 르ㅓ-이

나 이제 끝장이다!
ชีวิตฉัน จบ แล้ว
치-윗 찬 쫍 래-우

의견 · 감정 · 관심

어떡하지?
ทำไงดี
탐 응아이 디

어떻게 가능해?
เป็นไปได้ยังไง
뻰빠이다이 양응아이

믿을 수 없어.
ไม่ น่าเชื่อ
마이 나- 츠-어

이제 지겨워.
ตอนนี้ เบื่อ แล้ว
떤-니- 브-어 래-우

실증났다.
เซ็ง เลย
쎙 르ㅓ-이

이제 더 이상 참을 수 없다. 나를 괴롭히지 마!
อดทน ต่อไป ไม่ ได้ แล้ว อย่า มา รบกวน ฉัน
옷톤 떠-빠이 마이 다이 래-우 야- 마- 롭꾸-언 찬

진정하세요!
ใจเย็นๆ
짜이 옌옌

제3장 8. 위로할 때

A : ทำไม หมดแรง อย่างนั้น ครับ
탐마이 못 랭- 양-난 크랍

B : สอบตก ค่ะ
썹-똑 카

A : 왜 그렇게 풀이 죽어 있어요?
B : 시험에 떨어졌어요.

딱하게 됐군요.

น่าสงสาร จัง เลย ค่ะ
나- 쏭싼- 짱 르ㅓ-이 카

유감입니다!

เสียใจ ด้วย ค่ะ
씨-야짜이 두-어이 카

힘내세요!

สู้ นะ คะ
쑤- 나 카

당신은 용기가 있잖아요.

คุณ มี ความกล้า ค่ะ
쿤 미- 쾀-끌라 카

실망하지 말아요.

อย่า ผิดหวัง ไป เลย ค่ะ
야- 핏왕 빠이 르ㅓ-이 카

화내지 말아요.

อย่า โกรธ ค่ะ

야– 끄롯– 카

그렇게 슬퍼하지 말아요.

อย่า เสียใจ ไป เลย ค่ะ

야– 씨–야짜이 빠이 르ㅓ–이 카

기회는 많아요.

โอกาส เยอะมาก ค่ะ

오–깟– 여 막– 카

인생을 긍정적으로 보세요.

มอง ชีวิตในแง่บวก ค่ะ

멍– 치–윗 나이 응애–부–억 카

신경 쓰지 마세요.

อย่า ใส่ใจ เลย ค่ะ

야– 싸이짜이 르ㅓ–이 카

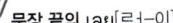

문장 끝의 เลย[르ㅓ–이]

เลย [르ㅓ–이]가 문장 끝에 오는 경우, '전혀, 완전히' 등 그 문장을 강조하는 역할을 합니다.

제3장 9. 칭찬할 때

> **A : ผม ทำ ขนมเค้กนี้ เอง ครับ**
> 폼 탐 카놈켁-니- 엥- 크랍
>
> **B : สุดยอด เลย ค่ะ น่าอร่อย จัง**
> 쏫엿- 르ㅓ-이 카 나-아러-이 짱
>
> A : 이 케이크 제가 만든 것입니다만.
> B : 대단하군요. 맛있겠는걸.

대단하네요!

ยอดเยี่ยม เลย ครับ
엿-이-얌 르ㅓ-이 크랍

굉장히 잘하시네요!

เก่งมากเลย ครับ
껭- 막- 르ㅓ-이 크랍

잘 어울리시네요.

เหมาะสมกันดี ครับ
머쏨깐디- 크랍

재미있는 분이시네요.

เป็น คนตลก ครับ
뻰 콘딸록 크랍

매우 성실한 분이시네요.

เป็น คนที่ซื่อสัตย์มาก ครับ
뻰 콘 티- 쓰-쌋 막- 크랍

80

의견 • 감정 • 관심

정말 친절하시네요.
สุภาพ จริงๆ ครับ
쑤팝- 찡찡 크랍

꽤 유능하시네요.
มี ความสามารถ มาก ครับ
미- 쾀-싸-맛- 막- 크랍

오늘 너무 아름답습니다!
วันนี้ งดงาม มาก ครับ
완니- 응옷응암- 막- 크랍

매너가 좋으시네요.
สุภาพ มาก ครับ
쑤팝- 막- 크랍

잘했습니다.
เก่ง มาก ครับ
껭- 막- 크랍

멋있어 보여요.
ดู ดี ครับ / ดู เท่ ครับ
두- 디- 크랍 / 두- 테- 크랍

나는 당신이 자랑스럽습니다.
ผม ภูมิใจ ใน ตัวคุณ ครับ
폼 품-짜이 나이 뚜-어쿤 크랍

제3장   10. 사과할 때

> A : **คุณมินจอง เรื่องราว เป็นอย่างไรกัน ครับ**
> 쿤 민쩡- 르-엉라-우 뻰 양-라이 깐 크랍
>
> B : **ขอโทษ ค่ะ นอนดึก ไป หน่อย ค่ะ**
> 커-톳- 카 넌-득 빠이 너-이 카
>
> A : 민정 씨! 어떻게 된 거예요?
> B : 죄송합니다. 늦잠을 잤습니다.

늦어서 미안합니다.
ขอโทษ ที่ มาสาย ครับ
커-톳- 티- 마- 싸-이 크랍

약속에 늦어서 미안합니다.
ขอโทษ ที่ มานัดสาย ครับ
커-톳- 티- 마- 낫 싸-이 크랍

대단히 죄송합니다.
ขอโทษ มากๆ ครับ
커-톳- 막- 막- 크랍

고의가 아니었습니다.
ไม่ใช่ เจตนาร้าย อะไร ครับ
마이 차이 쩻-따나-라-이 아라이 크랍

저의 책임입니다.
เป็น ความรับผิดชอบ ของ ผม ครับ
뻰 쾀-랍핏첩- 컹- 폼 크랍

82

의견 • 감정 • 관심

제 실수입니다. 미안해요.
เป็น ความผิด ของ ผม ครับ ขอโทษ ครับ
뻰 쾀-핏 컹- 폼 크랍 커-톳- 크랍

저희의 사과를 받아주세요.
ช่วย รับ คำขอโทษ ของ พวกผม ด้วย ครับ
추-어이 랍 캄커-톳- 컹- 푸-억폼 두-어이 크랍

부디 한 번만 용서해 주세요.
ได้โปรด ยกโทษ ให้ สักครั้ง นะ ครับ
다이 쁘롯- 욕톳- 하이 싹 크랑 나 크랍

다시는 이런 일이 없을 겁니다.
จะ ไม่ มี เรื่อง แบบนี้ เกิดขึ้น อีก ครับ
짜 마이 미- 르-엉 뱁-니- 끗ㅓ-큰 익- 크랍

괜찮습니다. 걱정 마세요.
ไม่เป็นไร ครับ ไม่ต้อง ห่วง ครับ
마이 뻰라이 크랍 마이 떵- 후-엉 크랍

83

제3장   11. 감사할 때

> **주요표현**
>
> A : **ขอบคุณ ครับ**
> 컵-쿤 크랍
>
> B : **ไม่เป็นไร ค่ะ**
> 마이 뻰라이 카
>
> A : 감사합니다.
> B : 천만에요.

고마워.

ขอบใจ
컵-짜이

대단히 감사합니다.

ขอบคุณ มากๆ ครับ
컵-쿤 막-막- 크랍

감사 드립니다.

ขอขอบคุณ ครับ
커- 컵-쿤 크랍

정말 감사합니다.

ขอบคุณ จริงๆ ครับ
컵-쿤 찡찡 크랍

도움에 감사 드립니다.

ขอบคุณ ที่ ช่วย ครับ
컵-쿤 티- 추-어이 크랍

의견 • 감정 • 관심

최선을 다해 도와 주셔서 감사합니다.
ขอบคุณ ที่ ช่วยเหลือ อย่างเต็มที่ ครับ
컵-쿤 티- 추-어이 르-어 양-뗌티- 크랍

모든 일을 도와 주셔서 감사합니다.
ขอบคุณ ที่ ช่วยเหลือ ใน ทุกๆเรื่อง ครับ
컵-쿤 티- 추-어이 르-어 나이 툭 툭 르-엉 크랍

선물 감사합니다.
ขอบคุณ สำหรับ ของขวัญ ครับ
컵-쿤 쌈랍 컹-콴 크랍

여러분께 진심으로 감사 드립니다.
ขอขอบคุณ ทุกๆท่าน ด้วยความจริงใจ ครับ
커- 컵-쿤 툭툭 탄- 두-어이 쾀-찡짜이 크랍

별말씀을요.
ไม่เป็นไร ครับ
마이뻰라이 크랍

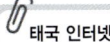 태국 인터넷 용어 '555'

요즘 인터넷 사이트나 스마트 기기로 SNS를 통해 태국 사람들과 소통하다 보면 '555'라는 숫자를 자주 볼 수 있을 것입니다. 숫자 5는 태국어로 말하면 '하-(ห้า)'라고 하며, '555(하-하-하-)'가 웃음소리와 비슷하기 때문에 인터넷 상에서 한국의 'ㅋㅋㅋ', 'ㅎㅎㅎ'처럼 웃는 소리를 표현하기 위해 사용합니다.

제3장 12. 허락, 허가의 표현

주요표현

A : ช่วย ขับรถ ช้าๆ หน่อย ได้ไหม ครับ
추-어이 캅롯 차-차- 너-이 다이 마이 크랍

B : ได้ แน่นอน ค่ะ
다이 내-넌- 카

A : 좀 천천히 운전해 주실 수 있으세요?

B : 네, 물론이지요.

여기서 담배 피워도 됩니까?

สูบบุหรี่ ที่นี่ ได้ไหม คะ
쑵-부리- 티-니- 다이 마이 카

네, 됩니다.

ค่ะ ได้ ค่ะ
카 다이 카

아니요, 안 됩니다.

ไม่ ได้ ค่ะ
마이 다이 카

여기는 금연구역입니다.

ที่นี่ เป็น เขตห้ามสูบบุหรี่ ค่ะ
티-니- 뻰 켓- 함- 쑵-부리- 카

여기서 사진 찍어도 됩니까?

ถ่ายรูป ที่นี่ ได้ไหม คะ
타-이 룹- 티-니- 다이 마이 카

의견 · 감정 · 관심

여기는 사진촬영이 금지되어 있습니다.
ที่นี่ ห้าม ถ่ายรูป ค่ะ
티–니– 함– 타–이 룹– 카

제발 그러지 마세요.
กรุณา อย่า ทำ แบบนั้น ค่ะ
까루나– 야– 탐 뱁– 난 카

잔디에 들어가지 마세요.
อย่า เข้า สนามหญ้า ค่ะ
야– 카오 싸남–야– 카

잔디를 밟지 마세요.
อย่า เหยียบ สนามหญ้า ค่ะ
야– 이–얍 싸남–야– 카

주차 금지.
ห้าม จอดรถ
함– 쩟– 롯

들어가지 마세요.
อย่า เข้าไป ค่ะ
야– 카오 빠이 카

87

제3장 13. 거절할 때

주요표현

A : ถ่ายรูป ที่นี่ ได้ไหม ครับ
타–이룹– 티–니– 다이 마이 크랍

B : อาจจะ ไม่ ได้ นะ คะ
앗–짜 마이 다이 나 카

A : 여기서 사진 찍어도 됩니까?

B : 안 될 것 같습니다.

미안하지만 안 됩니다.

ขอโทษ นะ คะ แต่ว่า ไม่ ได้ ค่ะ
커–톳– 나 카 때–와– 마이 다이 카

안 될 것 같습니다.

เหมือนจะ ไม่ ได้ ค่ะ
므–언 짜 마이 다이 카

죄송하지만 오늘은 약속이 있어서요.

ขอโทษ แต่ วันนี้ มีนัด ค่ะ
커–톳– 때– 완니– 미–낫 카

유감스럽지만 갈 수 없습니다.

ขอโทษด้วย นะ คะ แต่ ไป ไม่ ได้ ค่ะ
커–톳–두–어이 나 카 때– 빠이 마이 다이 카

그건 곤란합니다.

อันนั้น อาจจะ ลำบากใจ ค่ะ
안난 앗–짜 람박–짜이 카

의견 · 감정 · 관심

거절하겠습니다.
ขอ ปฏิเสธ ค่ะ
커- 빠띠쎗- 카

그 이상은 무리입니다.
มากกว่านั้น อาจจะ เป็นไปไม่ได้ ค่ะ
막-꽈-난 앗-짜 뻰빠이마이다이 카

이 건물은 출입 금지입니다.
ตึกนี้ ห้าม เข้าออก ค่ะ
뜩니- 함- 카오억- 카

좀 생각할 여유를 주세요.
ขอ เวลาคิด หน่อย ค่ะ
커- 웰-라- 킷 너-이 카

내일 답을 드리겠습니다.
จะ ขอตอบ พรุ่งนี้ ค่ะ
짜 커-떱- 프룽니- 카

89

제3장 14. 부탁할 때

주요표현

A : ขอ ยืม เงินพันบาท ได้ไหม ครับ
커– 음(y)– 응은ㅓ– 판 밧– 다이 마이 크랍

B : ค่ะ ได้ ค่ะ นี่ ค่ะ
카 다이 카 니– 카

A : 천 밧 빌릴 수 있을까요?

B : 네, 그럼요. 여기 있습니다.

이 전화 써도 되나요?

ใช้ โทรศัพท์นี้ ได้ไหม ครับ
차이 토–라쌉 니– 다이 마이 크랍

네, 짧게 통화해 주세요.

ครับ ช่วย คุย สั้นๆ นะ ครับ
크랍 추–어이 쿠이 싼싼 나 크랍

이 사전 빌릴 수 있을까요?

ยืม พจนานุกรมนี้ ได้ไหม ครับ
음(y)– 폿짜나–누끄롬 니– 다이 마이 크랍

네, 이 책을 빌려 드리겠습니다.

ครับ ผม ให้ ยืม หนังสือนี้ ได้ ครับ
크랍 폼 하이 음(y)– 낭쓰– 니– 다이 크랍

안 됩니다. 빌려 드릴 수 없어요. 미안합니다.

ไม่ ได้ ครับ ให้ ยืม ไม่ ได้ ครับ ขอโทษ ครับ
마이 다이 크랍 하이 음(y)– 마이 다이 크랍 커–톳– 크랍 휴대폰 빌려 주실 수 있나요?

ขอ ยืม โทรศัพท์มือถือ ได้ไหม ครับ

커- 음(y)- 토-라쌉므-트- 다이 마이 크랍

네, 그러세요.

ครับ ได้ ครับ

크랍 다이 크랍

돈 좀 빌려 주세요.

ขอ ยืม เงิน หน่อย ครับ

커- 음(y)- 응은ㅓ- 너-이 크랍

급한 일이 있습니다.

มี เรื่องด่วน ครับ

미- 르-엉 두-언 크랍

얼마나 필요합니까?

จำเป็นต้อง ใช้ เงิน เท่าไร ครับ

짬뻰떵- 차이 응은ㅓ- 타오라이 크랍

서둘러 갚겠습니다.

จะ รีบ คืน ให้ ครับ

짜 립- 큰- 하이 크랍

언제까지 (돈을) 갚을 수 있으세요?

จะ คืน(เงิน) ได้ เมื่อไร ครับ

짜 큰-(응은ㅓ-) 다이 므-어라이 크랍

제3장 15. 외모에 대한 표현

주요표현

A : คนอ้วนๆคนนั้น คือ ใคร ครับ
콘 우-언우-언 콘- 난 크- 크라이 크랍

B : เขา คือ คุณสมชาย ท่านประธาน ของ พวกเรา ค่ะ
카오 크- 쿤 쏨차-이 탄-쁘라탄- 컹- 푸-억라오 카

A : 저 뚱뚱한 사람은 누구입니까?

B : 저희 사장님이신 쏨차이 씨입니다.

당신의 애인은 (얼굴이) 어떻게 생겼어요?

แฟน ของ คุณ หน้าตา อย่างไร ครับ

홴- 컹- 쿤 나-따- 양-라이 크랍

그녀는 키가 크고 날씬합니다.

เธอ สูง และ ผอม ครับ

트ㅓ- 쑹- 래 펌- 크랍

그녀는 피부가 곱습니다.

เธอ ผิวสวย ครับ

트ㅓ- 피우 쑤-어이 크랍

그녀는 착하고 배려가 깊습니다.

เธอ ใจดี และ เอาใจใส่ ครับ

트ㅓ- 짜이디- 래 아오짜이싸이 크랍

그녀는 귀엽습니다.

เธอ น่ารัก ครับ

트ㅓ- 나-락 크랍

의견 · 감정 · 관심

그녀는 잘 웃습니다.
เธอ ยิ้มเก่ง ครับ
트ㅓ- 임껭- 크랍

당신의 체중은 어떻게 되나요?
คุณ น้ำหนัก เท่าไร ครับ
쿤 남낙 타오라이 크랍

저는 매우 말랐습니다.
ผม ผอม มาก ครับ
폼 펌- 막- 크랍

키가 어떻게 되세요?
สูง เท่าไร ครับ
쑹- 타오라이 크랍

저는 180cm입니다.
ผม สูง 180 เซนติเมตร ครับ
폼 쑹- 능 러-이 뺏- 씹 쎈-띠멧- 크랍

저는 키가 큽[작습]니다.
ผม สูง[เตี้ย] ครับ
폼 쑹-[띠-야] 크랍

그는 매우 잘 생겼습니다.
เขา หล่อ มาก ครับ
카오 러- 막- 크랍

93

제3장

16. 성격에 대한 표현

주요표현

A : คุณดาว เป็น คน ยังไง ครับ
쿤다–우 뻰 콘 양응아이 크랍

B : เป็น คนสดใส มาก ค่ะ
뻰 콘솟싸이 막– 카

A : 다우 씨는 어떤 사람입니까?

B : 굉장히 밝은 사람입니다.

그의 성격은 어떻습니까?

นิสัย ของ เขา เป็นอย่างไร คะ
니싸이 컹– 카오 뻰양–라이 카

마음이 따뜻한 사람이에요.

เขา เป็น คนจิตใจอบอุ่น ค่ะ
카오 뻰 콘찟짜이옵운 카

예의 바른 사람입니다.

เป็น คนสุภาพ ค่ะ
뻰 콘쑤팝– 카

성격이 급한 편입니다.

นิสัย ค่อนข้าง ใจร้อน ค่ะ
니싸이 컨–캉– 짜이런– 카

완벽주의자입니다.

เป็น คนสมบูรณ์แบบ ค่ะ
뻰 콘쏨분–뱁– 카

그녀는 꼼꼼합니다.

เธอ เป็น คนละเอียด ค่ะ

트ㅓ– 뻰 콘라이–얏 카

그다지 사교적이지 않습니다.

ไม่ค่อย ชอบคบค้าสมาคม กับ ใครๆ ค่ะ

마이커–이 첩–콥카–싸마–콤 깝 크라이크라이 카

장난꾸러기입니다.

เป็น คนขี้เล่น ค่ะ

뻰 콘키–렌– 카

그녀는 수줍음을 많이 탑니다.

เธอ เป็น คนขี้อาย มาก ค่ะ

트ㅓ– 뻰 콘키–아–이 막– 카

그는 굉장히 심술궂은 성격입니다.

เขา เป็น คนเอาแต่ใจตัวเอง ค่ะ

카오 뻰 콘아오때–짜이뚜–어엥– 카

저는 비교적 참을성이 있습니다.

ดิฉัน ค่อนข้าง เป็น คนอดทน ค่ะ

디찬 컨–캉– 뻰 콘옷톤 카

그는 쾌활한 사람입니다.

เขา เป็น คนร่าเริง ค่ะ

카오 뻰 콘라–릉ㅓ– 카

제3장 17. 호감을 나타낼 때

주요표현

A : คุณพร วันนี้ มี เวลา ไหม ครับ
쿤 펀 완니- 미- 웰-라- 마이 크랍

B : ค่ะ มี เรื่อง อะไร หรือเปล่า คะ
카 미- 르-엉 아라이 르-쁠라오 카

A : 펀 씨, 오늘 시간 있나요?
B : 네, 무슨 일인가요?

오늘 저녁 시간 있어요?
เย็นนี้ มี เวลา ไหม ครับ
옌니- 미- 웰-라- 마이 크랍

무슨 일인데요?
มี เรื่อง อะไร หรือเปล่า ครับ
미- 르-엉 아라이 르-쁠라오 크랍

저녁식사 같이 합시다.
ทาน อาหารเย็น ด้วยกัน ครับ
탄- 아-한-옌 두-어이깐 크랍

오늘 저녁에는 선약이 있습니다.
เย็นนี้ มี นัด อยู่ แล้ว ครับ
옌니- 미- 낫 유- 래-우 크랍

내일 저녁에 시간 있으세요?
พรุ่งนี้ ตอนเย็น มี เวลา ไหม ครับ
프룽니- 떤-옌 미- 웰-라- 마이 크랍

무엇을 원하는지 말씀해 주세요.

ช่วย บอก หน่อย ว่า ต้องการ อะไร ครับ
추-어이 벅- 너-이 와- 떵-깐- 아라이 크랍

당신을 매우 좋아합니다.

ชอบ คุณ มาก ครับ
첩- 쿤 막- 크랍

진지하게 사귀고 싶습니다.

อยาก คบ ด้วย อย่างจริงจัง ครับ
약- 콥 두-어이 양-찡짱 크랍

저와 데이트하고 싶으신 건가요?

อยากจะ ออกเดท กับ ผม หรือ ครับ
약-짜 억-뎃- 깝 폼 르- 크랍

안타깝게도 저는 이미 약혼했어요.

น่าเสียดาย ครับ ผม หมั้น แล้ว ครับ
나-씨-야다-이 크랍 폼 만 래-우 크랍

อยาก[약-]은 동사 '~하고 싶다, ~원하다'라는 뜻으로, 미래나 의지의 의미를 강조하고 싶으면 **จะ**[짜]를 붙여 **อยากจะ**[약-짜]로 씁니다. **อยาก**[약-] 다음에는 동사만 올 수 있습니다.

비슷한 단어로는 **ต้องการ(จะ)**[떵-깐-(짜) : ~하고 싶다, ~원하다]이 있습니다. **ต้องการ**[떵-깐-] 다음에는 동사 또는 명사가 올 수 있습니다.

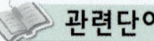

관련단어

감정 표현

ความรู้สึก	콤-루-쓱	감정, 느낌
อารมณ์	아-롬	기분
ใจ	짜이	마음
ความรัก	콤-락	사랑
รัก	락	사랑하다
ชอบ	첩-	좋아하다
สุข	쑥	행복하다
ร่าเริง	라-릉ㅓ-	즐겁다
ดีใจ	디-짜이	기쁘다
ตกใจ	똑짜이	놀라다
ประทับใจ	쁘라탑짜이	인상 깊다
สวยงาม	쑤-어이응암-	아름답다
ดี	디-	좋다
อารมณ์ดี	아-롬디-	기분이 좋다
สวย	쑤-어이	이쁘다
น่ารัก	나-락	귀엽다
มีเสน่ห์	미- 싸네-	매력적이다
ตื่นเต้น	뜬-뗀-	흥분하다, 긴장하다
ไม่ดี	마이 디-	나쁘다
ร้าย	라-이	사악하다
เจ็บปวด	쩹뿌-엇	고통스럽다
เกรงใจ	끄렝-짜이	부담스럽다
ร้องไห้	렁-하이	울다

ยิ้ม	임	미소 짓듯이 웃다
หัวเราะ	후-어러	소리내어 웃다
น่ากลัว	나-끌루-어	무섭다
เศร้าใจ	싸오짜이	슬프다, 우울하다
เสียดาย	씨-야다-이	아쉽다
เสียใจ	씨-야짜이	상심하다, 유감스럽다
ไม่ชอบ	마이 첩-	싫어하다
เกลียด	끌리-얏	미워하다
อารมณ์ไม่ดี	아-롬 마이 디-	기분이 안 좋다
โกรธ	끄롯-	화내다
ผิดหวัง	핏왕	실망하다
คาดหวัง	캇-왕	기대하다
งงงวย	응옹우-어이	당황하다
(หงอย)เหงา	(응어-이)응아오	외롭다

외모

รูปร่าง	룹-랑-	(몸매, 모습의) 외모, 생김새
สวย	쑤-어이	아름답다, 예쁘다
มีเสน่ห์	미-싸네-	매력 있다
น่ารัก	나-락	귀엽다
หล่อ	러-	잘생기다
ผู้ชายหน้าหวาน	푸-차-이나-완-	꽃미남
อ้วน	우-언	뚱뚱하다
ผอม	펌-	마르다, 날씬하다

관련단어

อวบ	우–업	통통하다
ผิวขาว	피우카–우	하얀 피부
ผิวคล้ำ	피우클람	가무잡잡한 피부
ผมดำ	폼담	흑발
ผมสีทอง	폼씨–텅–	금발
ขี้เหร่	키–레–	못생기다
หน้าตาดี	나–따–디–	얼굴이 괜찮다

일상생활

4장

1. 학교 생활
2. 회사 생활
3. 주거
4. 휴가 계획
5. 취미 생활
6. 스포츠
7. 병원에서
8. 약국에서
9. 우체국에서
10. 미용실에서
11. 도서관에서
12. 은행에서
13. 극장에서

Thai language

제4장 1. 학교 생활

> **주요표현**
>
> A : ไป โรงเรียน อย่างไร ครับ
> 빠이 롱-리-안 양-라이 크랍
>
> B : นั่ง รถเมล์ หรือ รถไฟใต้ดิน ค่ะ
> 낭 롯메- 르- 롯화이따이딘 카
>
> A : 학교는 어떻게 가십니까?
> B : 버스나 지하철로 갑니다.

스쿨버스로 갑니다.
ไป โดย รถโรงเรียน ครับ
빠이 도-이 롯롱-리-안 크랍

걸어서 갑니다.
เดินไป ครับ
든ㅓ- 빠이 크랍

친구들과 함께 갑니다.
ไป กับ เพื่อนๆ ครับ
빠이 깝 프-언프-언 크랍

자전거로 갑니다.
ขี่ จักรยาน ไป ครับ
키- 짝끄라얀- 빠이 크랍

엄마가 차로 태워 주십니다.
คุณแม่ ไปส่ง ครับ
쿤매- 빠이 쏭 크랍

102

어느 학교에 다닙니까?

เรียน ที่ โรงเรียน ไหน ครับ

리-얀 티- 롱-리-얀 나이 크랍

학교가 집에서 먼가요?

โรงเรียน ไกล จาก บ้าน ไหม ครับ

롱-리-얀 끌라이 짝- 반- 마이 크랍

여기서 가깝습니다.

ใกล้ จาก ที่นี่ ครับ

끌라이 짝- 티-니- 크랍

도서관은 어디에 있습니까?

ห้องสมุด อยู่ ที่ไหน ครับ

헝-싸뭇 유- 티-나이 크랍

학교 안에 있습니다.

อยู่ ใน โรงเรียน ครับ

유- 나이 롱-리-얀 크랍

기숙사는 어디에 있습니까?

หอพัก อยู่ ที่ไหน ครับ

허-팍 유- 티-나이 크랍

무슨 동아리가 있습니까?

มี ชมรม อะไร บ้าง ครับ

미- 촘롬 아라이 방- 크랍

제4장 2. 회사 생활

주요표현

A : ทำงาน ที่ บริษัทนี้ มา 10 ปี แล้ว ครับ
탐응안– 티– 버리쌋 니– 마– 씹 삐– 래–우 크랍

B : เป็น พนักงาน ที่ ซื่อสัตย์ มาก เลย ค่ะ
뻰 파낙응안– 티– 쓰–쌋 막– 르ㅓ–이 카

A : 이 회사에서 일한 지 10년입니다.

B : 성실한 직원이시군요.

언제 취직했어요?

เข้าทำงาน เมื่อไร คะ
카오탐응안– 므–어라이 카

입사한 지 얼마나 됐어요?

เข้ามาทำงาน นานเท่าไร แล้ว คะ
카오마–탐응안– 난– 타오라이 래–우 카

여기서 몇 년 동안 일하고 계세요?

ทำงาน อยู่ ที่นี่ มา กี่ปีแล้ว คะ
탐응안– 유– 티–니– 마– 끼– 삐– 래–우 카

출장은 자주 가세요?

ไป ดูงาน บ่อย ไหม คะ
빠이 두– 응안– 버–이 마이 카

출장은 가끔 갑니다.

บางครั้ง ไป ดูงาน ค่ะ
방–크랑 빠이 두– 응안– 카

1년에 휴가는 며칠이나 됩니까?

1 ปี มี วันลาพักร้อน กี่ วัน คะ

능 삐– 미– 완라–팍런– 끼– 완 카

2주일간의 유급휴가를 갖습니다.

มี วันลาพักร้อน แบบได้เงินเดือน อยู่ 2 สัปดาห์ ค่ะ

미– 완라–팍런– 뱁– 다이 응은ㅓ–드–언 유– 썽– 쌉다– 카

일은 마음에 드세요?

งาน ถูกใจ ไหม คะ

응안– 툭–짜이 마이 카

제 일을 좋아합니다.

ชอบ งาน ของ ดิฉัน ค่ะ

첩– 응안– 컹– 디찬 카

저는 이 일이 싫습니다. 그만둘 겁니다.

ดิฉัน ไม่ ชอบ งานนี้ ค่ะ จะ ลาออก ค่ะ

디찬 마이 첩– 응안– 니– 카 짜 라–억– 카

근무환경이 좋습니다.

สิ่งแวดล้อม ใน การทำงาน ดี ค่ะ

씽왯–럼– 나이 깐–탐응안– 디– 카

이직하고 싶습니다.

อยาก เปลี่ยน งาน ค่ะ

약– 쁠리–얀 응안– 카

제4장 3. 주거

주요표현

A : บ้าน มี ขนาด เท่าไร ครับ
반– 미– 카낫– 타오라이 크랍

B : บ้านนี้ มี พื้นที่ 70 ตารางเมตร ค่ะ
반– 니– 미– 픈–티– 쩻씹 따–랑–멧– 카

A : 집 면적이 얼마입니까?

B : 이 집의 면적은 70제곱 미터입니다.

전통 한옥입니다.

เป็น บ้านพื้นเมืองเกาหลี ค่ะ
뻰 반–픈–므–엉 까올리– 카

전통 집에 사는 것은 건강에 좋습니다.

อาศัยอยู่ ใน บ้านแบบพื้นเมือง จะ ดีต่อสุขภาพ ค่ะ
아–싸이 유– 나이 반–뱁– 픈–므–엉 짜 디– 떠– 쑥카팝– 카

정원이 아름답습니다.

สวน สวย ค่ะ
쑤–언 쑤–어이 카

거실도 멋있군요.

ห้องนั่งเล่น ก็ ดู ดี นะ คะ
헝–낭렌– 꺼– 두– 디– 나 카

주방은 어디에 있습니까?

ห้องครัว อยู่ ที่ไหน คะ
헝–크루–어 유– 티–나이 카

일상생활

저쪽에 있습니다.
อยู่ ทางโน้น ค่ะ
유- 탕- 논- 카

방이 몇 개 있어요?
มี ห้อง กี่ ห้อง คะ
미- 헝- 끼- 헝- 카

침실이 4개 있습니다.
มี ห้องนอน 4 ห้อง ค่ะ
미- 헝-넌- 씨- 헝- 카

이쪽에 서재가 있습니다.
ทางนี้ มี ห้องหนังสือ ค่ะ
탕-니- 미- 헝-낭쓰- 카

화장실이 2개 있습니다.
มี ห้องน้ำ 2 ห้อง ค่ะ
미- 헝-남 썽- 헝- 카

태국 내 불교 사원 방문 시 옷차림

태국에서 불교 사원을 방문할 때는 단정한 옷차림을 해야 합니다. 미니스커트, 반바지, 나시 등을 입고 오면 사원 출입이 금지되며 슬리퍼도 신으면 안 됩니다. 일부 불교 사원에서는 이런 옷차림의 방문자들을 위해 ผ้าถุง[파-퉁](허리에 두르는 태국 전통식 치마) 또는 ผ้าคลุม[파-클룸](덮개)를 빌려 주기도 합니다.

제4장 4. 휴가 계획

주요표현

A : ตอนลาพักร้อน คิด จะ ทำ อะไร ครับ
떤- 라-팍런- 킷 짜 탐 아라이 크랍

B : จะ ไปเที่ยว ต่างประเทศ ค่ะ
짜 빠이 티-여우 땅-쁘라텟- 카

A : 휴가 때 뭐 하실 생각입니까?
B : 해외여행을 갈 겁니다.

좋은 휴가 계획 있습니까?

มี แผนการณ์ลาพักร้อน ดีๆ ไหม คะ
미- 팬-깐-라-팍런- 디-디- 마이 카

휴가는 어떻게 보내실 건가요?

จะ ทำ อะไร ตอนลาพักร้อน คะ
짜 탐 아라이 떤- 라-팍런- 카

며칠간 휴가입니까?

จะ ลาพักร้อน กี่ วัน คะ
짜 라-팍런- 끼- 완 카

일주일간 쉽니다.

จะ พัก 1 สัปดาห์ ค่ะ
짜 팍 능 쌉다- 카

태국 북부를 여행할 계획입니다.

มี แผน จะ ไปเที่ยว ทางภาคเหนือ ของ ประเทศไทย ค่ะ
미- 팬- 짜 빠이 티-여우 탕- 팍-느-어 컹- 쁘라텟-타이 카

캄보디아에 갑니다.

ไป ประเทศกัมพูชา ค่ะ

빠이 쁘라텟-깜푸-차- 카

아유타야를 관광할 겁니다.

จะ ไปเที่ยว อยุธยา ค่ะ

짜 빠이 티-여우 아유타야- 카

바빠서 거의 쉬지 못합니다.

ยุ่ง มาก จน แทบ ไม่ ได้ พัก เลย ค่ะ

융 막- 쫀 탭- 마이 다이 팍 르ㅓ-이 카

집에서 푹 쉽니다.

พักผ่อน เต็มที่ ที่ บ้าน ค่ะ

팍펀- 뗌티- 티- 반- 카

온종일 TV를 봅니다.

ดู ทีวี ตลอดทั้งวัน ค่ะ

두- 티-위- 딸럿-탕완 카

보고 싶었던 영화를 볼 것입니다.

จะ ดู หนัง ที่ อยาก ดู ค่ะ

짜 두- 낭 티- 약- 두- 카

오랜만에 고향에 갑니다.

นานๆ จะ ไป บ้านเกิด ค่ะ

난-난- 짜 빠이 반-끄ㅓ- 카

제4장   5. 취미 생활

주요표현

A : **คุณ มี งานอดิเรก อะไร ครับ**
쿤 미- 응안-아디렉- 아라이 크랍

B : **งานอดิเรก ของ ดิฉัน คือ การฟังเพลง ค่ะ**
응안-아디렉- 컹- 디찬 크- 깐-황플렝 카

A : 취미가 무엇입니까?
B : 나의 취미는 음악감상입니다.

무엇을 좋아하세요?

ชอบ อะไร คะ
첩- 아라이 카

저는 노래 부르는 것을 좋아합니다.

ดิฉัน ชอบ ร้อง เพลง ค่ะ
디찬 첩- 렁- 플렝- 카

매주마다 수영을 합니다.

ว่ายน้ำ ทุก สัปดาห์ ค่ะ
와-이남 툭 쌉다- 카

저는 축구를 좋아합니다.

ดิฉัน ชอบ ฟุตบอล ค่ะ
디찬 첩- 훗번- 카

저는 친구들과 골프를 칩니다.

ดิฉัน เล่น กอล์ฟ กับ เพื่อนๆ ค่ะ
디찬 렌- 껍- 깝 프-언프-언 카

저의 취미는 등산입니다.

งานอดิเรก ของ ดิฉัน คือ การปีนเขา ค่ะ
응안–아디렉– 컹– 디찬 크– 깐–삔–카오 카

저는 컴퓨터 게임에 빠져 있습니다.

ดิฉัน ติด เกมคอมพิวเตอร์ ค่ะ
디찬 띳 껨– 컴–피우뜨ㅓ– 카

주말에 산책하는 것을 즐깁니다.

ชอบ เดินเล่น ใน วันหยุดเสาร์อาทิตย์ ค่ะ
첩– 든ㅓ–렌– 나이 완윳싸오아–팃 카

친구들과 여행을 갑니다.

ไปเที่ยว กับ เพื่อนๆ ค่ะ
빠이 티–여우 깝 프–언프–언 카

독서를 좋아합니다.

ชอบ อ่าน หนังสือ ค่ะ
첩– 안– 낭쓰– 카

저는 여러 가지 취미가 있습니다.

ดิฉัน มี งานอดิเรก หลายอย่าง ค่ะ
디찬 미– 응안–아디렉– 라–이양– 카

혼자 조용히 쉬는 것을 좋아합니다.

ชอบ พักอยู่ เงียบๆ คนเดียว ค่ะ
첩– 팍 유– 응이–얍응이–얍 콘디여–우 카

주요표현

A : ว่ายน้ำ เป็น ไหม ครับ
와-이남 뻰 마이 크랍

B : ว่ายน้ำ เป็น แต่ ไม่ เก่ง ค่ะ
와-이남 뻰 때- 마이 껭- 카

A : 수영할 수 있어요?

B : 할 수 있습니다만, 잘하지는 못합니다.

매우 잘하시는군요.

เก่ง มาก เลย ครับ
껭- 막- 르ㅓ-이 크랍

감사합니다. 하지만 스포츠가 서툽니다.

ขอบคุณ ครับ แต่ ยัง ไม่ คุ้น กับ การเล่นกีฬา ครับ
컵-쿤 크랍 때- 양 마이 쿤 깝 깐-렌-낄-라- 크랍

조금 할 수 있습니다.

เล่น ได้ นิดหน่อย ครับ
렌- 다이 닛너-이 크랍

저는 초보자입니다.

ผม เป็น มือใหม่ ครับ
폼 뻰 므-마이 크랍

언제 시작했어요?

เริ่ม (เล่น) เมื่อไร ครับ
름ㅓ- (렌-) 므-어라이 크랍

일상생활

작년에요.
ปีที่แล้ว ครับ
삐–티–래–우 크랍

그때부터 계속하고 있습니다.
เริ่ม มา เรื่อยๆ ตั้งแต่ ตอนนั้น ครับ
름ㅓ– 마– 르–어이르–어이 땅때– 떤–난 크랍

연습하면 더 좋아질 것입니다.
ถ้า เริ่ม ฝึก ก็ จะ ดี ขึ้น เรื่อยๆ ครับ
타– 름ㅓ– 흑 꺼 짜 디– 큰 르–어이르–어이 크랍

연습을 계속 하려고요.
ตั้งใจ จะ ฝึก เรื่อยๆ ครับ
땅짜이 짜 흑 르–어이르–어이 크랍

좋은 결과를 기대합니다.
จะ รอ ผลลัพธ์ ที่ ดี นะ ครับ
짜 러– 폰랍 티– 디 나 크랍

113

제4장 7. 병원에서

주요표현

A : ไม่สบาย ที่ไหน ครับ
마이 싸바-이 티-나이 크랍

B : คุณหมอ คะ ตัวร้อน มาก ค่ะ
쿤머- 카 뚜-어 런- 막- 카

A : 어디가 아프십니까?
B : 의사 선생님, 열이 많이 나요.

지금 상태가 어떠십니까?
ตอนนี้ อาการ เป็นอย่างไร บ้าง คะ
떤-니- 아-깐- 뻰양-라이 방- 카

온몸이 아파요.
ปวด ไป ทั้งตัว เลย ค่ะ
뿌-엇 빠이 탕 뚜-어 르ㅓ-이 카

머리가 너무 아픕니다.
ปวดหัว มาก ค่ะ
뿌-엇 후-어 막- 카

구역질이 납니다.
รู้สึก คลื่นไส้ ค่ะ
루-쓱 클른-싸이 카

멀미가 납니다.
เมารถ ค่ะ
마오 롯 카

감기에 걸렸습니다.

เป็นหวัด ค่ะ

뻰 왓 카

온몸에서 열이 나요.

ไข้ ขึ้นไป ทั้งตัว เลย ค่ะ

카이 큰 빠이 탕 뚜-어 르ㅓ-이 카

콧물이 계속 나와요.

น้ำมูก ไหล ตลอด ค่ะ

남묵- 라이 딸럿- 카

재채기가 나옵니다.

จาม ออกมา ค่ะ

짬- 억-마- 카

주사 맞으시고, 이 약을 3일 동안 복용하세요.

ฉีดยา แล้ว กิน ยานี้ ตลอด สาม วัน ค่ะ

칫-야- 래-우 낀 야- 니- 딸럿- 쌈- 완 카

술을 마시면 안 돼요!

จะ ดื่ม เหล้า ไม่ ได้ นะ คะ

짜 듬- 라오 마이 다이 나 카

수술해야 할 것 같아요.

ดูเหมือน ต้อง ผ่าตัด ค่ะ

두-므-언 떵- 파-땃 카

제4장 8. 약국에서

주요표현

A : มี ยาแก้ปวดหัว ไหม ครับ
미– 야–깨–뿌–엇후–어 마이 크랍

B : มี ค่ะ รอ สักครู่ นะ คะ
미– 카 러– 싹크루– 나 카

A : 두통약 있습니까?

B : 네, 있습니다. 잠시만 기다려 주세요.

감기약 있습니까?
มี ยาแก้หวัด ไหม ครับ
미– 야–깨–왓 마이 크랍

지사제를 주세요.
ขอ ยาแก้ท้องร่วง ครับ
커– 야–깨–텅–루–엉 크랍

소화제를 주세요.
ขอ ยาช่วยย่อย หน่อย ครับ
커– 야–추–어이여–이 너–이 크랍

모기약을 주세요.
ขอ ยากันยุง หน่อย ครับ
커– 야–깐융 너–이 크랍

이 약은 언제 먹습니까?
ยานี้ ต้อง ทาน เมื่อไร ครับ
야– 니– 떵– 탄– 므–어라이 크랍

일상생활

이 약을 식후에 드세요.
ทาน ยานี้ หลัง ทาน อาหาร แล้ว ครับ
탄- 야- 니- 랑 탄- 아-한- 래-우 크랍

한 번에 몇 알씩 먹습니까?
ยานี้ ทาน ครั้ง ละ กี่ เม็ด ครับ
야- 니- 탄- 크랑 라 끼- 멧 크랍

한 번에 세 알씩 드세요.
ทาน ครั้ง ละ สาม เม็ด ครับ
탄- 크랑 라 쌈- 멧 크랍

부작용은 없나요?
ไม่ มี ผลข้างเคียง เหรอ ครับ
마이 미 폰캉-키-양 러- 크랍

그건 걱정 마세요.
เรื่องนั้น ไม่ต้อง ห่วง ครับ
르-엉 난 마이 떵- 후-엉 크랍

117

제4장 9. 우체국에서

주요표현

A : ผม จะ ส่ง สัมภาระนี้ ไป ประเทศเกาหลี ครับ
폼 짜 쏭 쌈파-라니- 빠이 쁘라텟-까올리- 크랍

B : จะ ส่ง ทางอากาศ ใช่ไหม คะ
짜 쏭 탕-아-깟- 차이마이 카

A : 이 짐을 한국으로 부치려고 하는데요.
B : 항공편입니까?

편지를 부쳐 주세요.
ส่ง จดหมาย ให้หน่อย ครับ
쏭 쫏마-이 하이너-이 크랍

이 소포 부탁합니다.
รบกวน ส่ง พัสดุนี้ ด้วย ครับ
롭꾸-언 쏭 팟싸두니- 두-어이 크랍

이것을 속달로 부탁합니다.
ช่วย ส่ง ของนี้ อย่างเร่งด่วน ครับ
추-어이 쏭 컹-니- 양-렝-두-언 크랍

배편으로 부탁합니다.
รบกวน ส่ง ทางเรือ ครับ
롭꾸-언 쏭 탕-르-어 크랍

등기우편으로 보내려고 하는데요.
จะ ส่ง แบบลงทะเบียน ครับ
짜 쏭 뱁-롱타비-얀 크랍

일상생활

한국까지의 항공편은 얼마입니까?
ถ้า ส่ง ทางอากาศ ไป ถึง เกาหลี ราคา เท่าไร ครับ
타- 쏭 탕-아-깟- 빠이 틍 까올리- 라-카- 타오라이 크랍

여기에 주소와 이름을 넣어주세요.
ช่วย กรอก ที่อยู่ และ ชื่อ ตรงนี้ ครับ
추-어이 끄럭- 티-유- 래 츠- 뜨롱니- 크랍

우표를 봉투에 붙여서 국제우편함에 넣어주세요.
ติด แสตมป์ ที่ ซอง แล้ว ใส่ ที่ ตู้ไปรษณีย์ ครับ
띳 싸땜- 티- 썽- 래-우 싸이 티- 뚜-쁘라이싸니- 크랍

내용물은 뭡니까?
ของ ข้างใน คือ อะไร ครับ
컹- 캉-나이 크- 아라이 크랍

며칠 정도 걸립니까?
ใช้เวลา ประมาณ กี่ วัน ครับ
차이 웰-라- 쁘라만- 끼- 완 크랍

소포가 언제 도착합니까?
พัสดุ จะ ถึง เมื่อไร ครับ
팟싸두 짜 틍 므-어라이 크랍

기념우표를 사고 싶습니다.
อยาก ซื้อ แสตมป์ที่ระลึก ครับ
약- 쓰- 싸땜-티-라륵 크랍

119

제4장   10. 미용실에서

주요표현

A : จะ ทำ ผม แบบไหนดี ครับ
짜 탐 폼 뱁-나이 디- 크랍

B : ตัด เฉยๆ ค่ะ
땃 츠ㅓ-이 츠ㅓ-이 카

A : 어떻게 해 드릴까요?
B : 커트만 해 주세요.

어떤 스타일로 해 드릴까요?

ตัดผม สไตล์ ไหนดี คะ
땃폼 쓰따이 나이디- 카

어떻게 자를까요?

ตัด อย่างไรดี คะ
땃 양-라이디- 카

조금 짧게 해 주세요.

ตัด ให้สั้น หน่อย ค่ะ
땃 하이 싼 너-이 카

스타일을 바꾸고 싶은데요.

อยาก เปลี่ยน สไตล์ผม ค่ะ
약- 쁠리-얀 쓰따이폼 카

샴푸하고 커트해 주세요.

ช่วย สระผม แล้วก็ ตัด ให้หน่อย ค่ะ
추-어이 싸폼 래-우꺼 땃 하이너-이 카

일상생활

머리를 염색해 주세요.

ช่วย ทำสีผม ให้หน่อย ค่ะ
추-어이 탐씨-폼 하이너-이 카

약하게 파마해 주세요.

ช่วย ดัดผม อ่อนๆ ให้หน่อย ค่ะ
추-어이 닷폼 언-언- 하이너-이 카

이런 스타일로 해 주세요.

ช่วย ทำ ผม สไตล์นี้ ให้หน่อย ค่ะ
추-어이 탐 폼 쓰따이니- 하이너-이 카

눈썹을 다듬어 주세요.

ช่วย กันคิ้ว ให้หน่อย ค่ะ
추-어이 깐키우 하이너-이 카

수염을 깎아 드릴까요?

แต่งหนวด ให้ ด้วย ไหม คะ
땡-누-엇 하이 두-어이 마이 카

드라이해 주세요.

ช่วย ไดร์ผม ให้หน่อย ค่ะ
추-어이 다이폼 하이너-이 카

앞머리도 잘라 주세요.

ช่วย ตัด ผมหน้าม้า หน่อย ค่ะ
추-어이 땃 폼나-마- 너-이 카

제4장 11. 도서관에서

주요표현

A : ยืม หนังสือ ได้ กี่ เล่ม ครับ
음(y)– 낭쓰– 다이 끼– 렘– 크랍

B : ยืม หนังสือ ให้ ได้ 5 เล่ม ค่ะ
음(y)– 낭쓰– 하이 다이 하– 렘– 카

A : 책은 몇 권까지 빌릴 수 있습니까?

B : 5권까지 빌릴 수 있습니다.

책을 빌리고 싶습니다.

อยาก ยืม หนังสือ ครับ
약– 음(y)– 낭쓰– 크랍

자리는 자유입니다.

นั่ง ได้ อิสระ ครับ
낭 다이 잇싸라 크랍

이용 시간은 오전 9시부터 오후 6시까지입니다.

เวลาเปิดให้บริการ ตั้งแต่ 9 โมงเช้า จนถึง 6 โมงเย็น ครับ
웰–라–뻣ㅓ–하이 버리깐– 땅때– 까오 몽–차오 쫀틍 혹 몽–옌 크랍

일주일간 빌릴 수 있습니다.

ยืม ได้ 1 สัปดาห์ ครับ
음(y)– 다이 능 쌉다– 크랍

여기에 기입해 주세요.

ช่วย กรอก ตรงนี้ ครับ
추–어이 끄럭– 뜨롱니– 크랍

대출 기간은 언제까지입니까?

ระยะเวลา ยืม หนังสือ ได้ จนถึง เมื่อไร ครับ

라야웰-라- 음(y)- 낭쓰- 다이 쫀틍 므-어라이 크랍

4권 이상은 빌릴 수 없습니다.

ยืม ได้ ไม่ เกิน 4 เล่ม ครับ

음(y)- 다이 마이 끈ㅓ- 씨- 렘- 크랍

반납일은 1주일 후입니다.

วันคืนหนังสือ หลังจากนี้ อีก 1 สัปดาห์ ครับ

완 큰-낭쓰- 랑짝-니- 익- 능 쌉다- 크랍

늦게 반납하면 벌금을 내야 합니다.

ถ้า คืน ช้า จะต้อง เสียเงินค่าปรับ ครับ

타- 큰- 차- 짜떵- 씨-야응은ㅓ-카-쁘랍 크랍

그 책은 대출중입니다.

หนังสือนั้น กำลัง ถูก ยืม อยู่ ครับ

낭쓰-난 깜랑 툭- 음(y)- 유- 크랍

예약해 드릴까요?

จองให้ ไหม ครับ

쩡- 하이 마이 크랍

고정된 자리는 없습니까?

ไม่ มี ที่นั่งกำหนด ไว้ ให้ หรือ ครับ

마이 미- 티-낭깜놋 와이 하이 르- 크랍

제4장 12. 은행에서

주요표현

A : วันนี้ อัตราแลกเปลี่ยนเงิน เป็นอย่างไร ครับ
완니 앗뜨라–랙–쁠리–얀 응은ㅓ– 뻰양–라이 크랍

B : หนึ่งบาท เท่ากับ สามสิบห้าวอน ค่ะ
능 밧– 타오 깝 쌈– 씹 하– 원– 카

A : 오늘 환율이 얼마입니까?

B : 1밧에 35원입니다.

환전은 어디서 하나요?

แลกเงิน ได้ ที่ไหน ครับ
랙– 응은ㅓ– 다이 티–나이 크랍

은행이나 환전소에서 하시면 됩니다.

แลก ได้ ที่ ธนาคาร หรือ ร้านแลกเงิน ครับ
랙– 다이 티– 타나–칸– 르– 란–랙–응은ㅓ– 크랍

환전하겠습니다.

จะ แลกเงิน ครับ
짜 랙– 응은ㅓ– 크랍

환전해 주세요.

ช่วย แลกเงิน หน่อย ครับ
추–어이 랙– 응은ㅓ– 너–이 크랍

한화입니까, 달러입니까?

เป็น เงินวอน หรือ เงินดอลล่าห์ ครับ
뻰 응은ㅓ–원– 르– 응은ㅓ–던–라– 크랍

달러입니다. 100달러 환전해 주세요.

ดอลล่าห์ ครับ ช่วย แลก ให้ ร้อยดอลล่าห์ ครับ

던-라- 크랍 추-어이 랙- 하이 러-이 던-라- 크랍

환전 신청서를 작성해 주세요.

ช่วย กรอก ใน ใบขอแลกเงิน ให้หน่อย ครับ

추-어이 끄럭- 나이 바이커-랙-응은ㅓ- 하이 너-이 크랍

오늘 환율은 어떻습니까?

อัตราแลกเงิน วันนี้ เป็นอย่างไร ครับ

앗뜨라-랙-응은ㅓ- 완니- 뻰양-라이 크랍

1달러당 33밧입니다.

หนึ่งดอลล่าห์ ละ สามสิบสามบาท ครับ

능 던-라- 라 쌈- 씹 쌈- 밧- 크랍

얼마 바꾸시겠습니까?

จะ แลก เท่าไร ครับ

짜 랙- 타오라이 크랍

300달러 바꾸겠습니다.

จะ แลกเงิน สามร้อยดอลล่าห์ ครับ

짜 랙-응은ㅓ- 쌈- 러-이 던-라- 크랍

여기 총 10,000밧입니다. 세어 보세요.

นี่ ครับ ทั้งหมด หมื่นบาท ครับ ลอง นับ ดู ครับ

니- 크랍 탕못 믄- 밧- 크랍 렁- 납 두- 크랍

제4장 13. 극장에서

주요표현

A : เริ่ม กี่โมง ครับ
름ㅓ- 끼-몽- 크랍

B : เริ่ม ตั้งแต่ บ่าย 3 โมง ค่ะ
름ㅓ- 땅때- 바-이 쌈- 몽- 카

A : 몇 시에 시작합니까?

B : 오후 3시부터입니다.

어디서 표를 삽니까?

ซื้อ ตั๋ว ได้ จาก ที่ไหน ครับ
쓰- 뚜-어 다이 짝- 티-나이 크랍

가장 싼 자리는 얼마입니까?

ตั๋ว ที่นั่งถูกที่สุด ราคา เท่าไร ครับ
뚜-어 티-낭툭-티-쏫 라-카- 타오라이 크랍

이 차림으로 갈 수 있습니까?

แต่งตัว ไป แบบนี้ ได้ไหม ครับ
땡-뚜-어 빠이 뱁-니- 다이 마이 크랍

지금 어떤 영화가 상영되고 있습니까?

ตอนนี้ มี หนัง เรื่อง อะไร ฉาย อยู่ ครับ
떤-니- 미- 낭 르-엉 아라이 차-이 유- 크랍

영화 상영 시작했나요?

เริ่ม ฉาย หนัง ไปแล้ว เหรอ ครับ
름ㅓ- 차-이 낭 빠이래-우 러- 크랍

공연은 언제 끝납니까?

การแสดง เสร็จ เมื่อไร ครับ

깐-싸댕- 쎗 므-어라이 크랍

벌써 끝났나요?

เลิกไปแล้ว เหรอ ครับ

륵ㅓ-빠이래-우 러- 크랍

지금이라도 표를 구할 수 있나요?

ตอนนี้ ก็ ยัง หา ตั๋ว ได้ไหม ครับ

떤-니- 꺼- 양 하- 뚜-어 다이 마이 크랍

지정석입니까?

กำหนด ที่นั่ง หรือเปล่า ครับ

깜놋 티-낭 르-쁠라오 크랍

어른 2장이랑 아이 1장 주세요.

ผู้ใหญ่ 2 ใบ กับ เด็ก 1 ใบ ครับ

푸-야이 썽- 바이 깝 덱 능 바이 크랍

이곳의 입장료는 얼마입니까?

ค่าเข้า ที่นี่ ราคา เท่าไร ครับ

카-카오 티-니- 라-카- 타오라이 크랍

가운데 자리로 주세요.

ขอ ที่นั่งตรงกลาง ครับ

커- 티-낭뜨롱끌랑- 크랍

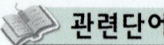

관련단어

직급

ตำแหน่ง	땀냥–	직급, 지위
ประธานบริษัท	쁘라탄–버리쌋	사장
รองประธานบริษัท	렁–쁘라탄–버리쌋	부사장
กรรมการ	깜마깐–	이사
กรรมการผู้จัดการ	깜마깐–푸–짯깐–	전무
กรรมการผู้จัดการทั่วไป 깜 마 깐 – 푸 – 짯 깐 – 투 – 어 빠 이		상무
เลขานุการ	레–카–누깐–	비서
หัวหน้าฝ่าย	후–어나–화–이	부장
หัวหน้าแผนก	후–어나–파낵–	과장
ผู้จัดการ	푸–짯깐–	매니저, 지배인
พนักงาน	파낙응안–	사원, 직원

취미, 스포츠

งานอดิเรก	응안–아디렉–	취미
ชมละคร	촘라컨–	연극을 보다
ร้องเพลง	렁–플렝–	노래하다
เต้นรำ	뗀–람	춤추다, 댄스
ถ่ายรูป	타–이룹–	사진 찍다
อ่านหนังสือ	안–낭쓰–	독서하다
วาดภาพ	왓–팝–	그림 그리다
สะสม	싸쏨	수집하다
ทำอาหาร	탐아–한–	요리하다

ออกกำลังกาย	억-깜랑까-이	운동하다
ปิงปอง	삥뻥-	탁구
เทนนิส	텐-닛	테니스
แบดมินตัน	뱃-민딴	배드민턴
บาสเกตบอล	빳-껫-번-	농구
แอโรบิค	애-로-빅	에어로빅
โยคะ	요-카	요가
สกี	싸끼-	스키
สเกต	싸껫-	스케이트
เล่นเกม	렌-껨-	게임하다
เล่นเปียโน	렌-삐-야노-	피아노 치다

병 관련

ความเจ็บปวด	콤-쩹뿌-엇	고통, 통증
ปวดหัว	뿌-엇 후-어	두통이 있다
ปวดท้อง	뿌-엇 텅-	복통이 있다
ปวดฟัน	뿌-엇 환	치통이 있다
ปวดเอว	뿌-엇 에-우	요통이 있다
เป็นไข้หวัด / เป็นหวัด	뻰 카이왓 / 뻰 왓	감기에 걸리다
ไข้หวัดใหญ่	카이왓야이	독감
ไอ	아이	기침하다
เมารถ	마오 롯	차멀미를 하다
เมาเรือ	마오 르-어	뱃멀미를 하다
อาเจียน	아-찌-얀	토하다
ท้องร่วง	텅- 루-엉	설사하다

관련단어

ท้องผูก	텅– 푹–	변비에 걸리다
มะเร็ง	마렝	암
มึน	믄	어지럽다
ได้รับบาดเจ็บ	다이랍 밧–쩹	다치다, 상처를 입다
เลือดออก	르–엇 억–	출혈하다
หัก	학	부러지다
ถูกไฟลวก	툭– 화이루–억	화상을 입다
สิว	씨우	여드름
โรคจิต	록–찟	정신병
ความดันโลหิต	쾀–단로–힛	혈압
ความดันโลหิตสูง	쾀–단로–힛 쑹–	고혈압
โรคเบาหวาน	록–바오완–	당뇨병
ไข้มาลาเรีย	카이말–라–리–야	말라리아
โรงพยาบาล	롱–파야–반–	병원
ห้องคนไข้	헝–콘카이	병실
คนไข้	콘카이	환자
รักษา	락싸–	치료하다
เข้าโรงพยาบาล	카오 롱–파야–반–	입원하다
ใบสั่งยา	바이쌍야–	처방전
ร้านขายยา	란–카–이야–	약국
ยา	야–	약
ยาเม็ด	야–멧	알약
ยาทา	야–타–	연고
ผ้าพันแผล	파–판플래–	붕대
พลาสเตอร์ปิดแผล	플라–쓰뜨ㅓ–삣 플래–	반창고

전화

5장

1. 전화를 걸 때
2. 전화를 받을 때
3. 부재중일 때
4. 말을 전할 때
5. 기타 전화 상황

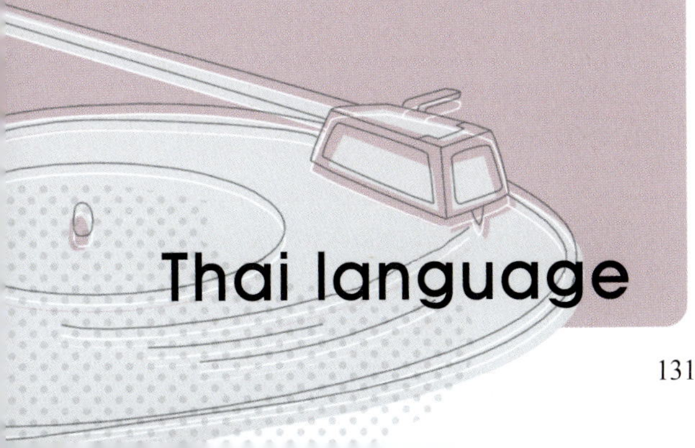

Thai language

제5장

1. 전화를 걸 때

주요표현

A : สวัสดี ครับ บ้าน คุณฝน ใช่ไหม ครับ
싸왓디- 크랍 반- 쿤 훤 차이마이 크랍

B : ใช่ ค่ะ ใคร คะ
차이 카 크라이 카

A : 여보세요. 훤 씨 댁입니까?

B : 네. 그렇습니다. 누구십니까?

전화 받으세요.

รับ โทรศัพท์ ด้วย ครับ
랍 토-라쌉 두-어이 크랍

전화벨이 울려요.

โทรศัพท์ ดัง ครับ
토-라쌉 당 크랍

누구세요?

ใคร ครับ
크라이 크랍

저는 경대입니다.

ผม คยองแด ครับ
폼 경-대- 크랍

훤 씨 맞습니까?

คุณฝน ใช่ไหม ครับ
쿤 훤 차이마이 크랍

전화

네, 접니다.
ใช่ ครับ ผมเอง ครับ
차이 크랍 폼 엥- 크랍

휜 씨 좀 바꿔주세요.
ขอสาย คุณฝน หน่อย ครับ
커- 싸-이 쿤 휜 너-이 크랍

쏨과 통화하고 싶습니다.
ผม ขอสาย คุณส้ม หน่อย ครับ
폼 커- 싸-이 쿤 쏨 너-이 크랍

펀 선생님을 바꿔주십시오.
ขอสาย ครูพร หน่อย ครับ
커- 싸-이 크루-펀- 너-이 크랍

인사팀의 앤 씨 부탁합니다.
ขอสาย คุณแอน ฝ่ายบุคคล หน่อย ครับ
커- 싸-이 쿤 앤- 화-이북콘 너-이 크랍

제5장 2. 전화를 받을 때

주요표현

A : คุย กับ คุณโอ๋ ได้ไหม ครับ
쿠이 깝 쿤 오– 다이 마이 크랍

B : รอ สักครู่ นะ คะ
러– 싹 크루– 나 카

A : 오 씨 통화 가능하십니까?
B : 잠시만 기다려 주세요.

이 씨 좀 바꾸어 주세요.

เปลี่ยน สาย คุย กับ คุณลี หน่อย ค่ะ
쁠리–얀 싸–이 쿠이 깝 쿤 리–너–이 카

잠시만 기다려 주세요.

ช่วย รอ สักครู่ นะ คะ
추–어이 러– 싹 크루– 나 카

끊지 말고 기다려 주세요.

อย่า วางสาย แล้ว กรุณา รอ สักครู่ ค่ะ
야– 왕– 싸–이 래–우 까루나 러– 싹크루– 카

전화 왔어요.

โทรมา ค่ะ
토– 마– 카

매우, 전화 받아라.

แมว รับ โทรศัพท์ ด้วย
매–우 랍 토–라쌉 두–어이

잉언입니다.

อิงอร ค่ะ

잉언– 카

안녕, 매우! 나 희진이야.

หวัดดี แมว ฉัน ฮีจิน นะ

왓디– 매–우 찬 히–진 나

오, 희진아, 무슨 일이야?

อ้าว ฮีจิน มี เรื่อง อะไร

아–우 히–진 미– 르–엉 아라이

내일 모임에 관한 일이야.

เรื่อง การรวมตัวกัน พรุ่งนี้ นะ

르–엉 깐–루–엄 뚜–어 깐 프룽니– 나

좋아, 말해 봐.

ได้ เลย ลอง พูด มา

다이 르ㅓ–이 렁– 풋– 마

좀 있다가 다시 전화할게.

เดี๋ยว อีกสักครู่ จะ โทรใหม่ อีกครั้ง

디–여우 익– 싹크루– 짜 토– 마이 익–크랑

매우야, 미안. 내가 잘못 전화 걸었어.

แมวเหรอ โทษที ฉัน โทรผิด เอง

매–우 러– 톳–티– 찬 토–핏 엥–

제5장 3. 부재중일 때

주요표현

A : ขอสาย คุณฝน ครับ
커– 싸–이 쿤 훤 크랍

B : ขอโทษ ค่ะ ตอนนี้ คุณฝน ไม่ อยู่ ที่นี่ ค่ะ
커–톳– 카 떤–니– 쿤 훤 마이 유– 티–니– 카

A : 훤 씨와 통화하고 싶습니다.

B : 죄송하지만 지금 여기에 안 계십니다.

사장님은 지금 외출하셨습니다.

ตอนนี้ ท่านประธาน ออกไป ข้างนอก ครับ

떤–니– 탄–쁘라탄– 억–빠이 캉–넉– 크랍

그는 지금 외출 중입니다.

ตอนนี้ เขา ออกไป ข้างนอก ครับ

떤–니– 카오 억–빠이 캉–넉– 크랍

사무실을 막 나갔습니다.

เพิ่ง ออกไป จาก สำนักงาน ครับ

픙ㅓ– 억–빠이 짝– 쌈낙응안– 크랍

부장님은 식사하러 나갔습니다.

หัวหน้าฝ่าย ออกไป ทาน ข้าว ข้างนอก ครับ

후–어나–화–이 억–빠이 탄– 카–우 캉–넉– 크랍

그는 지금 출장 중입니다.

ตอนนี้ เขา อยู่ ระหว่าง ออกไป ดูงาน ข้างนอก ครับ

떤–니– 카오 유– 라왕– 억–빠이 두– 응안– 캉–넉– 크랍

전화

그는 퇴근했습니다.
เขา เลิกงาน แล้ว ครับ
카오 륵ㅓ- 응안- 래-우 크랍

그녀는 오늘 쉽니다.
วันนี้ เธอ พัก ครับ
완니- 트ㅓ- 팍 크랍

팀장님은 언제 돌아옵니까?
หัวหน้าทีม จะ กลับมา เมื่อไร ครับ
후-어나-팀- 짜 끌랍 마- 므-어라이 크랍

그녀와 어떻게 연락할 수 있나요?
จะ ติดต่อ กับ เธอ ได้ อย่างไร ครับ
짜 띳떠- 깝 트ㅓ- 다이 양-라이 크랍

핸드폰 번호 좀 알려 주세요.
ช่วย บอก เบอร์โทรศัพท์มือถือ หน่อย ครับ
추-어이 벅- 브ㅓ-토-라쌉므-트- 너-이 크랍

제5장 4. 말을 전할 때

주요표현

A : ตอนนี้ เธอ ไม่ อยู่ ที่ โต๊ะ ครับ
떤-니- 트ㅓ- 마이 유- 티- 또 크랍

B : ขอ ฝาก ข้อความ หน่อย ค่ะ
커- 확- 커-쾀- 너-이 카

A : 그녀는 지금 자리에 안 계신데요.

B : 메시지를 남기겠습니다.

메시지를 남기겠습니까?

จะ ฝาก ข้อความ ไหม ครับ
짜 확- 커-쾀- 마이 크랍

그에게 메시지를 전해 드릴게요.

ฝาก ข้อความ ถึง เขา ด้วย ครับ
확- 커-쾀- 틍 카오 두-어이 크랍

메시지를 남기는 것을 부탁해도 될까요?

ขอ อนุญาต ฝาก ข้อความ ได้ไหม ครับ
커- 아누얏- 확- 커-쾀- 다이 마이 크랍

말씀하세요.

เชิญ พูด เลย ครับ
츤ㅓ- 풋- 르ㅓ-이 크랍

서울에서 전화했다고 전해 주세요.

ฝาก บอก ด้วย ว่า มี โทรศัพท์ มา จาก กรุงโซล ครับ
확- 벅- 두-어이 와- 미- 토-라쌉 마- 짝- 크룽쏜- 크랍 저에게 전화해 달라고 전해 주세요.

ช่วย บอกให้ เขา โทรหา ผม ด้วย ครับ

추–어이 벅– 하이 카오 토– 하– 폼 두–어이 크랍

전화번호는 081-234-567입니다.

เบอร์โทรศัพท์ ของ ผม 081-234-567 ครับ

브ㅓ– 토–라쌉 컹– 폼 쑨– 뺏– 능 썽– 쌈– 씨– 하– 혹 쩻 크랍

오늘밤 늦을 거라고 전해 주세요.

ฝาก บอก ด้วย ว่า วันนี้ ผม คง ดึก ครับ

확– 벅– 두–어이 와– 완니– 폼 콩 득 크랍

그에게 기다리지 말라고 전해 주세요.

ฝาก บอก เขา ด้วย ว่า ไม่ต้อง รอ ผม ครับ

확– 벅– 카오 두–어이 와– 마이 떵– 러– 폼 크랍

그에게 내 돈을 갚으라고 전해 주세요.

ฝาก บอก เขา ให้ คืน เงิน ผม ด้วย ครับ

확– 벅– 카오 하이 큰– 응으ㅓ– 폼 두–어이 크랍

제5장 5. 기타 전화 상황

주요표현

A : โทร เบอร์ อะไร ครับ
토- 브ㅓ- 아라이 크랍

B : ไม่ใช่ เบอร์ 010-1234-5678 หรือ คะ
마이 차이 브ㅓ- 쑨- 능 쑨- 능 썽-쌈- 싸- 하- 혹 쩻 뺏- 르- 카

A : 몇 번에 거셨어요?

B : 010–1234–5678번 아닌가요?

여기 그런 분 안 계신데요.

ที่นี่ ไม่ มี คนชื่อนั้น ครับ

티–니– 마이 미– 콘 츠– 난 크랍

아피차 님 댁이 아닌가요?

ไม่ใช่ บ้าน ของ ท่านอภิชา หรือ ครับ

마이 차이 반– 컹– 탄–아피차– 르– 크랍

전화 잘못 거셨습니다.

โทรผิด ครับ

토– 핏 크랍

틀린 번호에 전화하셨습니다.

โทร เบอร์ผิด แล้ว ครับ

토– 브ㅓ– 핏 래–우 크랍

전화번호는 맞지만 이사했습니다.

เบอร์ ถูก แล้ว ครับ แต่ว่า เขา ย้ายบ้านไป แล้ว ครับ

브ㅓ– 툭– 래–우 크랍 때–와– 카오 야–이 반– 빠이 래–우 크랍

전화 상태가 안 좋아요.

โทรศัพท์ สัญญาณ ไม่ค่อย ดี ครับ

토–라쌉 싼얀– 마이 커–이 디– 크랍

말이 잘 들리지 않아요.

ไม่ค่อย ได้ยิน ครับ

마이 커–이 다이인 크랍

천천히 말씀해 주세요.

ช่วย พูด ช้าๆ หน่อย ครับ

추–어이 풋– 차–차– 너–이 크랍

더 크게 말해 주세요.

ช่วย พูด ดัง ขึ้น หน่อย ครับ

추–어이 풋– 당– 큰 너–이 크랍

다시 한번 말씀해 주시겠습니까?

พูด อีกครั้ง ได้ไหม ครับ

풋– 익– 크랑 다이 마이 크랍

ไม่ค่อย[마이커–이] + 동사 + (เท่าไร นัก 타오라이 낙)

ไม่ค่อย[마이커–이]는 동사 앞에 위치하여 '그다지 ~하지 않다'는 부정의 의미를 나타냅니다. 문장 끝에 타오라이 낙(เท่าไร นัก)을 붙여서 말하기도 합니다.

예) กระเป๋านี้ ไม่ค่อย แพง 이 가방은 그다지 비싸지 않다.

끄라빠오 니– 마이커–이 팽–

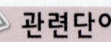

관련단어

기타 전화, 휴대폰

พนักงานรับโทรศัพท์	파낙응안-랍토-라쌉	전화교환수
โทรศัพท์ในเมือง	토-라쌉 나이 므-엉	시내전화
โทรศัพท์ทางไกล	토-라쌉 탕- 끌라이	시외전화
โทรศัพท์ภายในประเทศ	토-라쌉 파-이나이 쁘라텟-	국내전화
โทรศัพท์ระหว่างประเทศ	토-라쌉 라왕-쁘라텟-	국제전화
รหัสจังหวัด	라핫짱왓	지역번호
บัตรโทรศัพท์	밧 토-라쌉	전화카드
โทรศัพท์สาธารณะ	토-라쌉 싸-타-라나	공중전화

6장

초대 · 방문 · 축하

1. 초대할 때
2. 방문할 때
3. 손님을 맞이할 때
4. 식사를 대접할 때
5. 손님을 배웅할 때
6. 축하의 표현
7. 신년, 기념일 축하

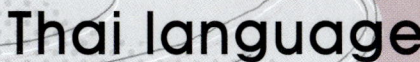

Thai language

제6장 1. 초대할 때

A : **วันเสาร์ มี เวลา ไหม ครับ**
완싸오 미- 웰-라- 마이 크랍

B : **มี เรื่อง อะไร คะ**
미- 르-엉 아라이 카

A : 토요일에 시간 있어요?
B : 무슨 일이 있습니까?

우리 집에 초대하고 싶은데요.

อยากจะ เชิญ มา ที่ บ้าน ของ เรา ครับ
약-짜 츤ㅓ- 마- 티- 반- 컹- 라오 크랍

우리 딸[아들]이 취직을 했습니다.

ลูกสาว[ลูกชาย] ของ เรา ได้ งานทำ แล้ว ครับ
룩-싸-우 [룩-차-이] 컹- 라오 다이 응안-탐 래-우 크랍

축하 파티를 하려고 합니다.

จะ จัด ปาร์ตี้ แสดง ความยินดี ครับ
짜 짯 빠-띠- 싸댕- 쾀-인디- 크랍

부인과 함께 와 주세요.

ช่วย มา กับ ภรรยา ด้วย นะ ครับ
추-어이 마- 깝 판라야-/판야- 두-어이 나 크랍

아! 축하합니다! 꼭 가겠습니다.

โอ้ว ยินดีด้วย ครับ ผม จะต้อง ไป แน่นอน ครับ
오-우 인디-두-어이 크랍 폼 짜떵- 빠이 내-넌- 크랍

언제 갈까요?

ไป เมื่อไรดี ครับ

빠이 므-어라이 디- 크랍

토요일 저녁 6시에 오세요.

ช่วย มา วันเสาร์ ตอน 6 โมงเย็น ครับ

추-어이 마- 완싸오 떤- 혹 몽- 옌 크랍

일찍 가서 도와드릴게요.

เดี๋ยว จะ ไป ช่วย ก่อน ครับ

디-여우 짜 빠이 추-어이 껀- 크랍

아닙니다. 참석만 해주세요.

ไม่เป็นไร ครับ แค่ มา ร่วม งาน ก็ พอแล้ว ครับ

마이뻰라이 크랍 캐- 마- 루-엄 응안- 꺼- 퍼- 래-우 크랍

초대해 주셔서 감사합니다.

ขอบคุณ ที่ เชิญ ครับ

컵-쿤 티- 츤ㅓ- 크랍

결혼식 옷차림

태국에서 결혼식에 참석할 때에는 검은색 복장은 되도록이면 피해야 합니다. 왜냐하면 검은색은 태국에서 장례식 때 입는 색이기 때문입니다. 특히 상, 하의 전부 검은색 옷을 입는 것은 절대로 피해야 하며, 만약 검은색 바지를 입었을 경우에는 상의는 다른 색으로 입는 것이 상대에 대한 예의입니다.

제6장 2. 방문할 때

주요표현

A : ขอ อนุญาต นะ ครับ
커- 아누얏- 나 크랍

B : สวัสดี ค่ะ คุณครูคิม เชิญ เข้ามา ได้ เลย ค่ะ
싸왓디- 카 쿤크루-킴 츠ㅓ- 카오 마- 다이 르ㅓ-이 카

A : 실례합니다.

B : 안녕하세요, 김 선생님! 들어오세요.

편 씨, 지금 뵐 수 있을까요?

คุณพร เจอ กัน ตอนนี้ ได้ไหม คะ
쿤 펀- 쯔ㅓ- 깐 떤-니- 다이 마이 카

암 씨, 지금 댁에 계십니까?

คุณอัม ตอนนี้ อยู่ บ้าน ไหม คะ
쿤 암 떤-니- 유- 반- 마이 카

실례지만, 이름이 어떻게 되세요?

ขอโทษ นะ คะ ไม่ทราบว่า คุณ ชื่อ อะไร คะ
커-톳- 나 카 마이 쌉-와- 쿤 츠- 아라이 카

누구신가요?

ใคร คะ
크라이 카

저는 리입니다.

ดิฉัน ลี ค่ะ
디찬 리- 카

초대 · 방문 · 축하

우리 집에 오신 것을 환영합니다.
ยินดี ที่ มาเยี่ยม บ้าน ของ เรา ค่ะ
인디- 티- 마- 이-얌 반- 컹- 라오 카

오래 기다리게 해서 죄송합니다.
ขอโทษ ที่ ทำให้ รอ นาน ค่ะ
커-톳- 티- 탐하이 러- 난- 카

괜찮습니다. 이쪽으로 오세요.
ไม่เป็นไร ค่ะ เชิญ ทางนี้ ค่ะ
마이뻰라이 카 츤ㅓ- 탕-니- 카

제가 폐를 끼칠까 봐 두렵네요.
กลัวว่า ดิฉัน จะ รบกวน นะ คะ
끌루-어 와- 디찬 짜 롭꾸-언 나 카

아닙니다! 또 뵙게 되어 반갑습니다.
ไม่ เลย ค่ะ ยินดี ที่ ได้ พบ กัน อีก ค่ะ
마이 르ㅓ-이 카 인디- 티- 다이 폽 깐 익- 카

147

제6장 3. 손님을 맞이할 때

주요표현

A : ขอโทษ ที่ มาสาย ครับ
커-톳- 티- 마- 싸-이 크랍

B : โอ้ว คุณคิม ไม่เป็นไร ค่ะ
오-우 쿤킴 마이뻰라이 카

A : 늦어서 미안합니다.
B : 오, 김 선생, 괜찮습니다.

초대해 주셔서 감사합니다.

ขอบคุณ ที่ เชิญ นะ คะ
컵-쿤 티- 츤ㅓ- 나 카

와 줘서 기뻐요.

ดีใจ ที่ มา ค่ะ
디-짜이 티- 마- 카

오래 기다리게 해서 죄송합니다.

ขอโทษ ที่ ทำให้ รอ นาน ค่ะ
커-톳- 티- 탐하이 러- 난- 카

아닙니다. 당신이 가장 먼저 오셨습니다.

ไม่ ค่ะ คุณ มา คนแรก เลย ค่ะ
마이 카 쿤 마- 콘랙- 르ㅓ-이 카

많이 더우시죠? 에어컨을 틀어 드릴게요.

ร้อน มาก ใช่ไหม คะ เดี๋ยว จะ เปิด แอร์ ให้ ค่ะ
런- 막- 차이마이 카 디-여우 짜 쁫ㅓ- 애- 하이 카

변변치 않습니다. (선물을 주면서)

ไม่ ได้ เป็น ของ อะไร พิเศษ ค่ะ

마이 다이 뻰 컹– 아라이 피쎗– 카

감사합니다. 이건 제가 꼭 원했던 것입니다.

ขอบคุณ มาก ค่ะ เป็น ของ ที่ ดิฉัน อยาก ได้ พอดี เลย ค่ะ

컵–쿤 막– 카 뻰 컹– 티– 디찬 약– 다이 퍼–디– 르ㅓ–이 카

이리 앉으세요.

เชิญ นั่ง ทางนี้ ค่ะ

츤ㅓ– 낭 탕–니– 카

편히 쉬세요.

พัก ให้สบาย นะ คะ

팍 하이 싸바–이 나 카

아이들은 잘 있습니까?

เด็กๆ สบายดี ไหม คะ

덱덱 싸바–이디– 마이 카

태국의 승려

태국의 승려는 노란색 상의를 입고, 식사는 아침과 점심 두 끼만을 먹습니다. 저녁 이후에는 씹어서 먹는 음식물은 일체 먹지 않습니다. 또한, 태국의 (남성)승려는 여성과의 접촉을 엄격히 금지하므로 만약 길에서 여성이 승려를 만나는 경우 승려가 지나갈 수 있게 길을 비켜줍니다.

제6장 4. 식사를 대접할 때

주요표현

A : ทาน เยอะๆ นะ ครับ
탄- 여여 나 크랍

B : ขอบคุณ ค่ะ
컵-쿤 카

A : 많이 드세요.
B : 감사합니다.

건배! 우리의 건강을 위하여!

ชนแก้ว เพื่อ สุขภาพ ของ เรา
촌 깨-우 프-어 쑥카팝 컹- 라오

음식이 따뜻할 때 드세요.

ต้อง ทาน อาหาร ตอน อาหาร ยัง อุ่น อยู่ ค่ะ
떵- 탄- 아-한- 떤- 아-한- 양 운 유- 카

이 음식 맛있겠군요.

อาหารนี้ น่าอร่อย จัง ค่ะ
아-한- 니- 나-아러-이 짱 카

요리 솜씨가 좋으시네요.

ฝีมือทำอาหาร ดี เชียว ค่ะ
휘-므- 탐 아-한- 디- 치-여우 카

당신에게는 이 음식이 더 좋을 것 같아요.

อาหารนี้ น่าจะ ดี สำหรับ คุณ มากกว่า ค่ะ
아-한- 니- 나-짜 디- 쌈랍 쿤 막- 꽈- 카

초대 • 방문 • 축하

저는 아무거나 잘 먹습니다.
ดิฉัน ทาน ได้ ทุกอย่าง ค่ะ
디찬 탄- 다이 툭양- 카

제가 제일 좋아하는 것입니다.
เป็น อาหาร ที่ ดิฉัน ชอบ มาก ที่สุด ค่ะ
뻰 아-한- 티- 디찬 첩- 막- 티-쏫 카

매운 음식을 좋아합니다.
ชอบ อาหารเผ็ด ค่ะ
첩- 아-한-펫 카

이 음식 어떻게 먹어요?
อาหารนี้ ต้อง กิน อย่างไร คะ
아-한- 니- 떵- 낀 양-라이 카

먹어 보겠습니다.
จะ ลอง ทาน ดู ค่ะ
짜 렁- 탄- 두- 카

더 드세요.
ทาน อีก ค่ะ
탄- 익- 카

이 음식 드셔 보세요.
ลอง ทาน อาหารนี้ ดู ค่ะ
렁- 탄- 아-한-니- 두- 카

151

제 6 장 5. 손님을 배웅할 때

주요표현

A : จะต้อง ไป ก่อน แล้ว ครับ
짜 떵– 빠이 껀– 래–우 크랍

B : ขอให้ เดินทาง โดยสวัสดิภาพ นะ คะ
커–하이 드ㅓ–탕– 도–이 싸왓디팝– 나 카

A : 이만 가보겠습니다.

B : 살펴 가십시오.

시간이 늦었습니다.

ดึก มาก แล้ว ค่ะ
득 막– 래–우 카

이제 가야겠습니다.

ตอนนี้ ต้อง ไป แล้ว ค่ะ
떤–니– 떵– 빠이 래–우 카

좀더 있다 가시지요.

อยู่ อีก หน่อย ค่อย ไป นะ คะ
유– 익– 너–이 커–이 빠이 나 카

초대해 주셔서 감사합니다.

ขอบคุณ ที่ เชิญ ค่ะ
컵–쿤 티– 츠ㅓ– 카

식사 아주 맛있었습니다.

อาหาร อร่อย มาก ค่ะ
아–한– 아러–이 막– 카

초대 · 방문 · 축하

다시 뵙기 바랍니다.
หวังว่า จะ ได้ เจอ กัน อีกครั้ง ค่ะ
왕 와– 짜 다이 쯔ㅓ– 깐 익– 크랑 카

운전 조심하세요.
ขับรถ ดีๆ นะ คะ
캅롯 디-디- 나 카

언제든 들르세요.
ไม่ว่าเมื่อไร แวะมา ได้ ตลอด นะ คะ
마이와–므–어라이 왜마– 다이 딸럿– 나 카

부모님께 안부 전해 주세요.
ช่วย ฝากบอก คุณพ่อคุณแม่ หน่อย ค่ะ
추–어이 확– 벅– 쿤퍼–쿤매– 너–이 카

배웅하지 마세요. 감사합니다.
ไม่ต้อง ไปส่ง ก็ได้ ค่ะ ขอบคุณ ค่ะ
마이 떵– 빠이 쏭 꺼–다이 카 컵–쿤 카

153

제6장 6. 축하의 표현

주요표현

A : สุขสันต์วันปีใหม่ ครับ
쑥싼 완삐-마이 크랍

B : สวัสดีปีใหม่ ค่ะ
싸왓디-삐-마이 카

A : 행복한 설날 되세요.

B : 새해 복 많이 받으세요.

메리 크리스마스!

เมอร์รี่คริสต์มาส ค่ะ
므ㅓ-리- 크리쓰맛- 카

생일 축하해요!

สุขสันต์วันเกิด ค่ะ
쑥싼 완끄ㅓ- 카

오래오래 사세요!

ขอให้ อายุ ยืน นะ คะ
커-하이 아-유 은(y)- 나 카

축하합니다!

ยินดีด้วย ค่ะ
인디- 두-어이 카

졸업 축하 드립니다!

ยินดี ที่ เรียนจบ ค่ะ
인디- 티- 리-얀 쫍 카

초대 · 방문 · 축하

결혼 20주년 축하해요!
ยินดี สำหรับ วันครบรอบแต่งงาน 20 ปี ค่ะ
인디- 쌈랍 완크롭럽- 땡-응안- 이-씹 삐- 카

행운을 빌어요!
ขอให้ โชคดี ค่ะ
커-하이 촉-디- 카

항상 건강하세요!
ขอให้ สุขภาพดี เสมอ ค่ะ
커-하이 쑥카팝- 디- 싸므ㅓ- 카

성공을 기원합니다!
ขอให้ ประสบ ความสำเร็จ ค่ะ
커-하이 쁘라쏩 쾀-쌈렛 카

행복한 하루 보내시기 바랍니다.
ขอให้ เป็น วัน ที่ มี ความสุข ค่ะ
커-하이 뻰 완 티- 미- 쾀-쑥 카

새해는 원하는 일 다 이루시기 바랍니다.
ขอให้ ทุกเรื่อง ที่ ปรารถนา เป็นจริง ใน ปีใหม่นี้ ค่ะ
커-하이 툭 르-엉 티- 쁘랏-타나- 뻰찡 나이 삐-마이니- 카

만수무강하세요!
ขอให้ อายุ ยืน นะ คะ
커-하이 아-유 은(y)- 나 카

155

제6장 7. 신년, 기념일 축하

주요표현

A : สวัสดีปีใหม่ ครับ
싸왓디-삐-마이 크랍

B : ขอให้ ปีใหม่นี้ เป็น ปีที่มีความสุขมากๆ นะ คะ
커-하이 삐-마이니- 뻰 삐-티-미-쾀-쑥 막-막- 나 카

A : 새해 복 많이 받으세요.

B : 새해에는 행복이 가득한 한 해가 되시기 바랍니다.

건강하시기 바랍니다.

ขอให้ มี สุขภาพแข็งแรง ครับ
커-하이 미- 쑥카팝-캥랭- 크랍

행복한 한 해가 되시기 바랍니다.

ขอให้ เป็น ปีที่มีความสุข ครับ
커-하이 뻰 삐-티-미-쾀-쑥 크랍

모든 일이 잘 되기를 바랍니다.

ขอให้ สมหวัง ใน ทุกเรื่อง นะ ครับ
커-하이 쏨왕 나이 툭르-엉 나 크랍

메리 크리스마스!

เมอร์รี่คริสต์มาส
므ㅓ-리-크리쓰맛-

생일 축하해!

สุขสันต์วันเกิด
쑥싼 완끄ㅓ-

초대 • 방문 • 축하

행복하세요!(결혼한 부부에게)
ขอให้ ชีวิตคู่ มี ความสุข ครับ
커–하이 치–윗쿠– 미– 쾀–쑥 크랍

결혼기념일을 축하해요.
สุขสันต์วันครบรอบแต่งงาน ครับ
쑥싼 완크롭럽– 땡–응안– 크랍

바라는 바 뜻대로 이루시길 바랍니다.
ขอให้ สมหวัง ใน ทุกเรื่องที่ปรารถนา ครับ
커–하이 쏨왕 나이 툭르–엉티–쁘랏–타나– 크랍

한 살 더 먹은 것을 축하해요.
ยินดีด้วย โตขึ้น อีกปีแล้ว นะ ครับ
인디–두–어이 또–큰 익–삐–래–우 나 크랍

157

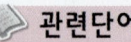

관련단어

주요 공휴일

วันสงกรานต์	완쏭끄란-	태국 전통 설날 4월 13일~15일
วันแรงงาน	완랭-응안-	노동절 5월 1일
วันฉัตรมงคล	완찻몽콘	푸미폰 국왕(현 태국 국왕) 대관식일 5월 5일
วันแม่แห่งชาติ	완매-행-찻-	왕비 탄신일(어머니의 날) 8월 12일
วันปิยมหาราช	완삐야마하-랏-	라마 5세(쭐라롱껀 대왕) 서거일 10월 23일
วันพ่อแห่งชาติ	완퍼-매-행-찻-	국왕 탄신일(아버지의 날) 12월 5일
วันรัฐธรรมนูญ	완랏타탐마눈-	제헌일 12월 10일

7장

쇼핑 • 식사

1. 물건을 고를 때
2. 슈퍼에서
3. 가격 흥정하기
4. 물건 값 계산하기
5. 교환, 반품
6. 음식점에서
7. 음식 주문하기 1
8. 음식 주문하기 2
9. 맛에 대한 표현
10. 술을 마실 때
11. 식사 시의 기타 요청
12. 식사비 계산하기

Thai language

제7장 1. 물건을 고를 때

> **주요표현**
>
> A : **ขอ ดู สีอื่น หน่อย ครับ**
> 커- 두- 씨- 은- 너-이 크랍
>
> B : **ที่นี่ มี สีแดง กับ สีดำ ค่ะ**
> 티-니- 미- 씨-댕- 깝 씨-담 카
>
> A : 다른 색들을 보여 주세요.
>
> B : 여기 빨간색과 검은색이 있습니다.

이것 좀 보여 주세요.

ขอ ดู อันนี้ หน่อย ค่ะ
커- 두- 안 니- 너-이 카

다른 것을 보여 주세요.

ขอ ดู อันอื่น หน่อย ค่ะ
커- 두- 안 은- 너-이 카

저걸 보여 주세요.

ขอ ดู อันนั้น หน่อย ค่ะ
커- 두- 안 난 너-이 카

조금 작은[큰] 것 없습니까?

ไม่ มี อัน ที่ เล็ก[ใหญ่] กว่านี้ เหรอ คะ
마이 미- 안 티- 렉[야이] 꽈- 니- 러- 카

고급스러운 것은 없나요?

ไม่ มี ของ ที่ ดู หรูหรา เหรอ คะ
마이 미- 컹- 티- 두- 루-라- 러- 카

좀더 심플한 것을 원합니다.

อยาก ได้ อัน ที่ ดู เรียบ กว่านี้ ค่ะ

약– 다이 안 티– 두 리–얍 꽈– 니– 카

이거랑 같은 거 있나요?

มี ของ ที่ เหมือนกับ อันนี้ ไหม คะ

미– 컹– 티– 므–언 깝 안 니– 마이 카

이거 다른 색은 없나요?

อันนี้ ไม่ มี สีอื่น เหรอ คะ

안 니– 마이 미– 씨–은– 러– 카

이게 제일 잘 팔립니다.

อันนี้ ขายดี ที่สุด ค่ะ

안 니– 카–이디– 티–쑷 카

다 팔렸습니다.

ขายหมด แล้ว ค่ะ

카–이 못 래–우 카

날게 돋친 듯이 잘 팔립니다.

ขายดี เป็นเทน้ำเทท่า ค่ะ

카–이디– 뻰 테–남테–타– 카

재고가 없습니다.

ไม่ มี ของ ใน สต็อก เลย ค่ะ

마이 미– 컹– 나이 싸떡 르ㅓ–이 카

제 7 장 2. 슈퍼에서

주요표현

A : จะ ไม่ ลด ให้ เหรอ ครับ
짜 마이 롯 하이 러– 크랍

B : ตอนนี้ อยู่ ใน ช่วง 1 แถม 1 ค่ะ
떤–니– 유– 나이 추–엉 능 탬– 능 카

A : 싸게 해주시지 않겠습니까?

B : 지금 1 + 1 행사 중입니다.

이거 세일 가격인가요?

อันนี้ เป็น ราคาลด หรือเปล่า ครับ
안 니 뻰 라–카– 롯 르–쁠라오 크랍

조금 비싸네요.

แพง ไป หน่อย ครับ
팽– 빠이 너–이 크랍

싼 것 없습니까?

ไม่ มี ของถูก เหรอ ครับ
마이 미– 컹– 툭– 러– 크랍

2 + 1 행사 중입니다.

อยู่ ใน ช่วง 2 แถม 1 ครับ
유– 나이 추–엉 썽– 탬– 능 크랍

돈을 다 썼습니다.

ใช้ เงิน หมด แล้ว ครับ
차이 응은ㅓ– 못 래–우 크랍

돈이 모자라요.

เงิน ไม่ พอ ครับ

응은ㅓ– 마이 퍼– 크랍

저쪽 가게에서는 35밧 하던데요.

ร้านตรงโน้น ขาย อยู่ 35 บาท ครับ

란– 뜨롱 논– 카–이 유– 쌈– 씹 하– 밧– 크랍

이것은 정찰제입니다.

อันนี้ เป็น ราคาตายตัว ครับ

안 니– 뻰 라–카–따–이뚜–어 크랍

할인은 안 되지만 한 개 덤으로 드릴게요.

ลด ไม่ ได้ แล้ว แต่ จะ แถม ให้ อัน หนึ่ง ครับ

롯 마이 다이 래–우 때– 짜 탬– 하이 안 능 크랍

300밧 이상 사시면 20밧 깎아 드립니다.

ถ้า ซื้อ เกิน 300 บาท ก็ ลด ได้ 20 บาท ครับ

타– 쓰– 끄ㅓ– 쌈– 러–이 밧– 꺼– 롯 다이 이–씹 밧– 크랍

어이구! 돈을 너무 많이 썼네!

แย่แล้ว ใช้ เงิน ไป เยอะมาก

얘– 래–우 차이 응은ㅓ– 빠이 여 막–

아주, 매우, 많이(มาก 막–)

มาก[막–]은 '아주, 매우, 너무, 많이'의 뜻의 수식사로, 문장 뒤에 위치합니다. 유사한 수식사로 เยอะ[여 : 많이, 많다]가 있습니다.

제 7 장 3. 가격 흥정하기

주요표현

A : อันนี้ เท่าไร ครับ
안 니– 타오라이 크랍

B : 200 บาท ค่ะ
썽– 러–이 밧– 카

A : 이거 얼마입니까?

B : 200밧입니다.

얼마입니까?

เท่าไร คะ
타오라이 카

이 물건은 세일 중입니까?

ของนี้ ลดราคา อยู่ หรือเปล่า คะ
컹– 니– 롯 라–카– 유– 르–쁠라오 카

세일은 언제까지입니까?

ลดราคา ถึง เมื่อไร คะ
롯 라–카– 틍 므–어라이 카

좀 깎아 주세요.

ช่วย ลด ให้ หน่อย ค่ะ
추–어이 롯 하이 너–이 카

너무 비싸요.

แพง มาก ค่ะ
팽– 막– 카

쇼핑·식사

됐어요! 안 사요.
ไม่ เอา ไม่ ซื้อ
마이 아오 마이 쓰—

더 깎아 주실 수 있나요?
ลด อีก หน่อย ได้ไหม คะ
롯 익— 너—이 다이 마이 카

전부 400밧입니다.
ทั้งหมด 400 บาท ค่ะ
탕못 씨— 러—이 밧— 카

100밧 깎아 줄게요.
จะ ลด ให้ 100 บาท ค่ะ
짜 롯 하이 능 러—이 밧— 카

50밧 더 깎아 주세요.
ช่วย ลด ให้ อีก 50 บาท ค่ะ
추—어이 롯 하이 익— 하— 씹 밧— 카

안 깎아 주면 안 삽니다.
ถ้า ไม่ ลด ให้ ก็ จะ ไม่ ซื้อ ค่ะ
타— 마이 롯 하이 꺼— 짜 마이 쓰— 카

세일한 가격은 얼마입니까?
ราคาลด เท่าไร คะ
라—카—롯 타오라이 카

제 7 장 4. 물건 값 계산하기

주요표현

A : อันนี้ เป็นยังไง บ้าง ครับ
안 니– 뻰양응아이 방– 크랍

B : ดี ค่ะ งั้น เอา อันนั้น ค่ะ
디– 카 응안 아오 안 난 카

A : 이거 어때요?

B : 좋습니다. 그걸로 하겠습니다.

선물 포장해 주세요.

ช่วย ห่อ ของขวัญ ให้หน่อย ค่ะ
추–어이 허– 컹–콴 하이 너–이 카

현금으로 지불하세요, 아니면 카드입니까?

จ่าย เป็น เงินสด หรือ เป็น บัตรเครดิต คะ
짜–이 뻰 응은ㅓ–쏫 르– 뻰 밧크레–딧 카

이 신용카드 받습니까?

รับ บัตรเครดิตนี้ ไหม คะ
랍 밧크레–딧 니– 마이 카

달러로 계산해도 됩니까?

คิด เป็น เงินดอลล่าห์ ได้ไหม คะ
킷 뻰 응은ㅓ–던–라– 다이 마이 카

달러로 사면 가격이 얼마인가요?

ซื้อ เป็น ดอลล่าห์ ราคา เท่าไร คะ
쓰– 뻰 던–라– 라–카– 타오라이 카

쇼핑 • 식사

만약 밧화로 계산하면 가격이 얼마인가요?
ถ้า คิด เป็น เงินบาท ราคา เท่าไร คะ
타- 킷 뻰 응은ㅓ- 밧 라-카- 타오라이 카

여기 영수증 받으세요.
รับ ใบเสร็จ ด้วย ค่ะ
랍 바이쎗 두-어이 카

이걸 다른 걸로 교환해 주세요.
เปลี่ยน อันนี้ เป็น อันอื่น ให้หน่อย ค่ะ
쁠리-얀 안 니- 뻰 안은- 하이 너-이 카

환불해 주세요.
ช่วย คืน ให้ ด้วย ค่ะ
추-어이 큰- 하이 두-어이 카

영수증을 보여 주세요.
ขอ ดู ใบเสร็จ หน่อย ค่ะ
커- 두- 바이쎗 너-이 카

환불은 안 됩니다. 하지만 다른 물건으로 교환은 가능합니다.
คืน ไม่ ได้ ค่ะ แต่ สามารถ เปลี่ยน เป็น ของอื่น ได้ ค่ะ
큰- 마이 다이 카 때- 싸-맛 쁠리-얀 뻰 컹-은- 다이 카

교환을 원하시면 7일을 넘으면 안 됩니다.
ถ้า จะ เปลี่ยน ห้าม เกิน 7 วัน ค่ะ
타- 짜 쁠리-얀 함- 끈ㅓ- 쩻 완 카

제7장 5. 교환, 반품

> A : มี เรื่อง อะไร ครับ
> 미- 르-엉 아라이 크랍
>
> B : อยากจะ คืน ของนี้ ค่ะ
> 약-짜 큰- 컹-니- 카
>
> A : 무슨 일이십니까?
> B : 이거 반품하고 싶은데요.

색깔이 변했어요.
สี เปลี่ยน ไป ครับ
씨- 쁠리-얀 빠이 크랍

여기가 찢어져 있어요.
ตรงนี้ มี รอยขาด ครับ
뜨롱니- 미- 러-이캇- 크랍

보증서는 있습니까?
มี ใบรับรอง ไหม ครับ
미- 바이랍렁- 마이 크랍

바꿔주실 수 있나요?
เปลี่ยน ให้ ได้ไหม ครับ
쁠리-얀 하이 다이 마이 크랍

교환 가능한가요?
สามารถ เปลี่ยน ได้ไหม ครับ
싸-맛- 쁠리-얀 다이 마이 크랍

환불 받고 싶은데요.

อยากจะ ขอ คืน ครับ
약-짜 커- 큰- 크랍

사이즈만 바꿔 주세요.

ช่วย เปลี่ยน ไซส์ ให้หน่อย เท่านั้น ครับ
추-어이 쁠리-얀 싸이 하이너-이 타오난 크랍

가격은 같습니까?

ราคา เหมือนกัน ไหม ครับ
라-카- 므-언깐 마이 크랍

가격표를 떼면 반품은 안 됩니다.

ถ้า เอา ป้ายราคา ออก ไม่สามารถ คืน ได้ ครับ
타- 아오 빠-이라-카- 억- 마이 싸-맛- 큰- 다이 크랍

물건 상태가 좋지 않아서 반품합니다.

ของ มี คุณภาพ ไม่ ดี เลย ต้อง คืน ครับ
컹- 미- 쿤나팝- 마이 디- 르ㅓ-이 떵- 큰- 크랍

제 7 장 6. 음식점에서

주요표현

A : จะ จอง อาหารกลางวัน ครับ
짜 쩡– 아–한–끌랑–완 크랍

B : กี่ ท่าน คะ
끼– 탄– 카

A : 점심식사 예약하겠습니다.

B : 몇 분이세요?

플러이 명의로 예약을 했습니다.

จอง ไว้ ชื่อ พลอย ครับ
쩡– 와이 츠– 플러–이 크랍

확인해 주세요.

ช่วย เช็ค หน่อย ครับ
추–어이 첵 너–이 크랍

예약되어 있습니다.

จอง ไว้ แล้ว ครับ
쩡– 와이 래–우 크랍

일행이 몇 분이십니까?

มี คนมาร่วม ด้วยกัน กี่ ท่าน ครับ
미– 콘마–루–엄 두–어이깐 끼– 탄– 크랍

5인용 자리 부탁합니다.

ขอ โต๊ะ สำหรับ ห้า คน ครับ
커– 또 쌈랍 하– 콘 크랍

안쪽에서 드시겠습니까, 아니면 바깥쪽에서 드시겠습니까?

จะ ทาน ด้านใน หรือ ว่าจะ ทาน ด้านนอก ครับ

짜 탄– 단–나이 르– 와–짜 탄– 단–넉– 크랍

바깥쪽으로 해주세요.

ขอ ด้านนอก ครับ

커– 단–넉– 크랍

창가 테이블로 원합니다.

ต้องการ โต๊ะริมหน้าต่าง ครับ

떵–깐– 또림나–땅– 크랍

여기서 기다려 주시겠습니까?

ช่วย รอ ที่นี่ ครับ

추–어이 러– 티–니– 크랍

얼마나 기다려야 합니까?

จะต้อง รอ เท่าไร ครับ

짜 떵– 러– 타오라이 크랍

오래 기다리셨습니다. 이쪽으로 오십시오.

รอ นาน เลย ครับ เชิญ ทางนี้ ครับ

러– 난– 르ㅓ–이 크랍 츠ㅓ– 탕–니– 크랍

미리 메뉴판을 보시겠어요?

จะ ดู เมนู ไว้ก่อน ไหม ครับ

짜 두– 메–누– 와이 껀– 마이 크랍

제7장 7. 음식 주문하기 1

주요표현

A : จะ ทาน อะไรดี ครับ
짜 탄- 아라이디- 크랍

B : ขอ ข้าวผัดกุ้ง หนึ่ง จาน ค่ะ
커- 카-우팟꿍 능 짠- 카

A : 무엇을 드시겠습니까?
B : 새우 볶음밥 한 접시 주세요.

주문하시겠습니까?

จะ สั่ง อะไรดี คะ
짜 쌍 아라이디- 카

메뉴 좀 보여 주세요.

ขอ ดู เมนู หน่อย ค่ะ
커- 두- 메-누- 너-이 카

결정되면 불러 주세요.

ถ้า ตัดสินใจ แล้ว ช่วย เรียก ด้วย นะ คะ
타- 땃씬짜이 래-우 추-어이 리-약 두-어이 나 카

오늘의 특별요리는 무엇입니까?

อาหารพิเศษวันนี้ คือ อะไร คะ
아-한-피쎗- 완니- 크- 아라이 카

똠얌꿍 한 그릇과 쏨땀 한 접시 주세요.

ขอ ต้มยำกุ้ง หนึ่ง ถ้วย และ ส้มตำ หนึ่ง จาน ค่ะ
커- 똠얌꿍 능 투-어이 래 쏨땀 능 짠- 카

쇼핑·식사

닭고기 볶음밥을 주세요.
ขอ ข้าวผัดไก่ ค่ะ
커- 카-우팟까이 카

새우 팟타이 두 접시 주세요.
ขอ ผัดไทยกุ้ง สอง จาน ค่ะ
커- 팟타이꿍 썽- 짠- 카

이걸 먹겠습니다.
จะ ทาน อันนี้ ค่ะ
짜 탄- 안니- 카

저도 같은 것을 주세요.
ดิฉัน ก็ เอา อันนี้ เหมือนกัน ค่ะ
디찬 꺼- 아오 안니- 므-언깐 카

당신이 먹고 싶은 거 시키면 저도 그거 먹을래요.
คุณ สั่ง อาหาร ที่ คุณ อยาก ทาน ดิฉันเอง ก็ จะ ทาน อันนั้น ด้วย ค่ะ
쿤 쌍 아-한- 티- 쿤 약- 탄- 디찬 엥- 꺼- 짜 탄- 안난 두-어이 카

같은 것으로 주세요.
ขอ อันนี้ เหมือนกัน ค่ะ
커- 안니- 므-언깐 카

제7장 8. 음식 주문하기 2

주요표현

A : จะ สั่ง อะไรดี ครับ
짜 쌍 아라이디- 크랍

B : ขอ ผัดไทย จาน หนึ่ง ค่ะ
커- 팟타이 짠- 능 카

A : 주문하시겠습니까?
B : 팟타이 한 접시 주세요.

팍치 좀 주세요.
ขอ ผักชี หน่อย ค่ะ
커- 팍치- 너-이 카

계란 후라이 추가요.
ขอ ไข่ดาว เพิ่ม หน่อย ค่ะ
커- 카이다-우 픔ㅓ- 너-이 카

밥 추가요.
ขอ ข้าว เพิ่ม หน่อย ค่ะ
커- 카-우 픔ㅓ- 너-이 카

국 추가해 주세요.
ขอ น้ำแกง เพิ่ม หน่อย ค่ะ
커- 남깽- 픔ㅓ- 너-이 카

밥 추가에 얼마입니까?
เพิ่ม ข้าว เท่าไร คะ
픔ㅓ- 카-우 타오라이 카

쇼핑 • 식사

싸 가도 되나요?
ห่อ ไป ได้ไหม คะ
허- 빠이 다이 마이 카

창 맥주 한 병, 오렌지 주스 한 잔 주세요.
ขอ เบียร์ช้าง หนึ่ง ขวด และ น้ำส้ม หนึ่ง แก้ว ค่ะ
커- 비-야창- 능 쿠-엇 래 남쏨 능 깨-우 카

저 옆 가게의 꾸어이띠여우를 여기서 주문해서 먹어도 되나요?
ดิฉัน สั่ง ก๋วยเตี๋ยว ร้านข้างๆ มา ทาน ได้ไหม คะ
디찬 쌍 꾸-어이띠-여우 란-캉-캉 마- 탄- 다이 마이 카

콜라 한 병 주세요.
ขอ โค้ก หนึ่ง ขวด ค่ะ
커- 콕- 능 쿠-엇 카

오이 좀 더 주세요.
ขอ แตงกวา อีก หน่อย ค่ะ
커- 땡-꽈- 익- 너-이 카

물티슈를 갖다 주세요.
เอา กระดาษทิชชู่น้ำ มา ให้หน่อย ค่ะ
아오 끄라닷-팃추-남 마- 하이 너-이 카

175

제7장 9. 맛에 대한 표현

주요표현

A : ชอบ อาหารเผ็ด ไหม ครับ
첩- 아-한-펫 마이 크랍

B : ชอบ ค่ะ ชอบ พริก มาก ค่ะ
첩- 카 첩- 프릭 막- 카

A : 매운 것을 좋아하세요?
B : 네, 그렇습니다. 고추를 좋아합니다.

맛이 어때요?

รสชาติ เป็นยังไง บ้าง ครับ
롯찻- 뻰양응아이 방- 크랍

매우 맵습니다.

เผ็ด มาก ครับ
펫 막- 크랍

맛있어요.

อร่อย ครับ
아러-이 크랍

향긋합니다.

หอม ครับ
험- 크랍

싱거워요.

จืด ครับ
쯧- 크랍

쇼핑·식사

이 음식은 조금 짭니다.
อาหารนี้ เค็ม นิดหน่อย ครับ
아-한- 니- 켐 닛너-이 크랍

너무 달아요.
หวาน มาก ครับ
완- 막- 크랍

고약한 냄새가 납니다.
กลิ่น เหม็น มาก ครับ
끌린 멘 막- 크랍

팍치 좀 빼 주세요.
ช่วย เอา ผักชี ออก ให้หน่อย ครับ
추-어이 아오 팍치- 억- 하이 너-이 크랍

좀 십니다.
เปรี้ยว นิดหน่อย ครับ
쁘리-여우 닛너-이 크랍

곱빼기(พิเศษ 피쎗-)
태국에서 꾸어이띠여우(쌀국수) 가게 또는 노점식당에서 음식을 주문할 때 **พิเศษ**[피쎗-] 그리고 **ธรรมดา**[탐마다-]라는 말을 볼 수 있을 것입니다. **ธรรมดา**[탐마다-]는 일반적으로 먹는 보통 양을 뜻하며, **พิเศษ**[피쎗-]은 그 보다 더 많은 양의 '곱빼기'를 의미합니다.

제 7 장

10. 술을 마실 때

주요표현

A : มา ดื่ม กัน สักแก้ว เป็นยังไง ครับ
마- 듬- 깐 싹 깨-우 뻰양응아이 크랍

B : ได้ เลย ค่ะ
다이 르ㅓ-이 카

A : 와서 한잔 마시는 거 어떻습니까?

B : 그러지요.

한잔 사겠습니다.

จะ เลี้ยง เหล้า สักแก้ว ค่ะ
짜 리-양 라오 싹 깨-우 카

건배!

ชนแก้ว
촌깨-우

우리의 건강을 위하여!

เพื่อ สุขภาพ ของ เรา
프-어 쑥카팝- 컹- 라오

우리의 우정을 위하여!

เพื่อ มิตรภาพ ของ เรา
프-어 밋뜨라팝- 컹- 라오

많이 못 마셔요.

ดื่ม เยอะ ไม่ ได้ ค่ะ
듬- 여 마이 다이 카

쇼핑 • 식사

제가 따라 드리겠습니다.
ดิฉัน ริน เหล้า ให้ ค่ะ
디찬 린 라오 하이 카

좀 더 마시겠습니까?
ดื่ม เพิ่ม อีก ไหม คะ
듬– 픔ㅓ– 익– 마이 카

한 잔 더 하겠습니다.
ดื่ม อีก แก้ว หนึ่ง ค่ะ
듬– 익– 깨–우 능 카

이젠 됐습니다.
ตอนนี้ พอแล้ว ค่ะ
떤–니– 퍼– 래–우 카

저는 이제 취한 것 같습니다.
ดูเหมือน ตอนนี้ ดิฉัน จะ เมา ค่ะ
두–므–언 떤–니– 디찬 짜 마오 카

원샷과 건배
태국에서 술을 마실 때 하는 말 중에 '원샷'과 '건배'라는 말은 아래와 같습니다.

ชนแก้ว 촌 깨–우 건배
หมดแก้ว 못 깨–우 원샷

제 7 장

11. 식사 시의 기타 요청

주요표현

A : อาหาร ที่ สั่ง ยัง ไม่ ออกมา ครับ
아-한- 티- 쌍 양 마이 억-마- 크랍

B : กรุณา รอ สักครู่ ค่ะ
까루나- 러- 싹크루- 카

A : 주문한 음식이 아직 안 나왔어요.

B : 잠시만 기다려 주세요.

이건 내가 주문한 게 아닌데요.

อันนี้ ไม่ใช่ อัน ที่ ผม สั่ง นะ ครับ

안니- 마이차이 안 티- 폼 쌍 나 크랍

젓가락을 떨어뜨렸습니다.

ตะเกียบ หล่น ครับ

따끼-얍 론 크랍

이 숟가락이 너무 지저분합니다.

ช้อนนี้ เลอะ มาก ครับ

천- 니- 러 막- 크랍

앞접시 하나 가져다 주세요.

ขอ จานเปล่า ใบ หนึ่ง ครับ

커- 짠-쁠라오 바이 능 크랍

냅킨 좀 주세요.

ขอ ผ้าเช็ดปาก หน่อย ครับ

커- 파-쳇빡- 너-이 크랍

쇼핑·식사

생수 한 병 주세요.
ขอ น้ำเปล่า หนึ่ง ขวด ครับ
커- 남쁠라오 능 쿠-엇 크랍

이걸 치워 주세요.
ช่วย เก็บ อันนี้ หน่อย ครับ
추-어이 껩 안니- 너-이 크랍

이 음식 먹는 방법을 가르쳐 주세요.
ช่วย สอน วิธีการ ทาน อาหารนี้ หน่อย ครับ
추-어이 썬- 위티-깐- 탄- 아-한- 니- 너-이 크랍

이 음식 맛이 이상해요.
อาหารนี้ รสชาติ แปลกๆ ครับ
아-한- 니- 롯찻- 쁠랙-쁠랙- 크랍

꾸어이띠여우 안에 뭐가 있어요?
ใน ก๋วยเตี๋ยว มี อะไร บ้าง ครับ
나이 꾸-어이띠-여우 미- 아라이 방- 크랍

다른 것으로 바꿔도 되나요?
ขอ เปลี่ยน เป็น อย่างอื่น ได้ไหม ครับ
커- 쁠리-얀 뻰 양-은- 다이 마이 크랍

주문한 음식이 언제쯤 나올까요?
อาหาร ที่ สั่ง จะ ออกมา เมื่อไร ครับ
아-한- 티- 쌍 짜 억-마- 므-어라이 크랍

181

제 7 장

12. 식사비 계산하기

주요표현

A : ทางนี้ หน่อย ครับ ช่วย คิดเงิน ด้วย ครับ
탕-니- 너-이 크랍 추-어이 킷 응은+- 두-어이 크랍

B : นี่ ค่ะ ช่วย เช็ค ด้วย ค่ะ
니- 카 추-어이 첵 두-어이 카

A : 저기요! 계산이요.

B : 여기 있습니다. 확인해 보세요.

전부 얼마입니까?

ทั้งหมด เท่าไร คะ
탕못 타오라이 카

영수증을 주세요.

ขอ ใบเสร็จ หน่อย ค่ะ
커- 바이쎗 너-이 카

오늘은 제가 내겠습니다.

วันนี้ ดิฉัน จะ เลี้ยง เอง ค่ะ
완니- 디찬 짜 리-양 엥- 카

다음은 제가 삽니다.

ครั้งต่อไป ดิฉัน จะ เลี้ยง เอง ค่ะ
크랑 떠-빠이 디찬 짜 리-양 엥- 카

각자 냅시다.

ต่างคน ต่างจ่าย ค่ะ
땅- 콘 땅- 짜-이 카

쇼핑·식사

계산이 틀렸습니다.
คิดเงิน ผิด แล้ว ค่ะ
킷 응은ㅓ- 핏 래-우 카

나는 물수건을 사용 안 했어요.
ฉัน ไม่ ได้ ใช้ ผ้าเย็น ค่ะ
찬 마이 다이 차이 파-옌 카

이건 주문하지 않았습니다.
ฉัน ไม่ ได้ สั่ง อันนี้ ค่ะ
찬 마이 다이 쌍 안니- 카

얌운센 한 접시 취소해 주세요.
ขอ ยกเลิก ยำวุ้นเส้น หนึ่ง จาน ค่ะ
커- 욕륵ㅓ- 얌운쎈- 능 짠- 카

씽하 맥주를 안 마셨습니다.
ไม่ ได้ ดื่ม เบียร์สิงห์ ค่ะ
마이 다이 듬- 비-야씽 카

태국인들은 식사를 할 때 주로 포크와 숟가락을 사용하는데, 중국식당이나 꾸어이띠여우를 먹을 때에는 젓가락을 사용하기도 합니다. 또한, 식사 때 뷔페처럼 각 음식에 ช้อนกลาง[천-끌랑- : 음식을 개인 접시에 담는 용도의 숟가락]이 있어서 각 개인 접시에 담아 먹습니다.

관련단어

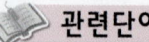

의류

เสื้อผ้า	쓰-어파-	의류, 옷
ชุดเครื่องแบบ	춧크르-엉뱁-	교복, 유니폼
เสื้อโค้ท	쓰-어콧-	코트
เสื้อชั้นนอก	쓰-어찬넉-	외투, 겉옷
ชุดสูท	춧쑷-	양복
เสื้อเชิ้ต	쓰-어츳ㅓ-	셔츠, 와이셔츠
เนคไท	넥-타이	넥타이
เสื้อ	쓰-어	상의, 윗도리
แจ็คเก็ต	짹껫	재킷
กางเกง	깡-껭-	바지
กางเกงยีนส์	깡-껭-인-	청바지
เสื้อยืด	쓰-어읏(y)-	티셔츠
เสื้อครึ่งตัวของสตรี	쓰-어크릉뚜-어컹-싸뜨리-	블라우스
ชุดแต่งงานเจ้าสาว	춧땡-응안-짜오싸-우	웨딩드레스
กระโปรง	끄라쁘롱-	치마
เสื้อกั๊ก	쓰-어깍	조끼
เสื้อคลุม	쓰-어클룸	스웨터
ชุดชั้นใน	춧찬나이	속옷
บราเซียร์	브라-씨-야	브래지어
กางเกงใน	깡-껭-나이	팬티
ชุดนอน	춧넌-	잠옷
ชุดไทย	춧타이	태국 (전통) 옷

쇼핑·식사

신발, 액세서리

เข็มขัด	켐캇	허리띠
ถุงมือ	퉁므-	장갑
รองเท้า	렁-타오	신발
รองเท้าส้นสูง	렁-타오쏜쑹-	하이힐
รองเท้าแตะ	렁-타오때	슬리퍼
รองเท้าผ้าใบ	렁-타오파-바이	운동화
เครื่องประดับ	크르-엉쁘라답	액세서리, 장신구
ตุ้มหู	뚬후-	귀걸이
สร้อยคอ	써-이커-	목걸이
กำไลมือ	깜라이므-	팔찌
แหวน	왠-	반지
แว่นตา	왠-따-	안경
แว่นกันแดด	왠-깐댓-	선글라스
นาฬิกาข้อมือ	날-리까-커-므-	손목시계
กระเป๋าเงิน	끄라빠오응은ㅓ-	지갑
ผ้าเช็ดมือ	파-쳇므-	손수건

양념

เครื่องปรุงรส	크르-엉쁘룽롯	양념, 소스
ซอสมะเขือเทศ	썻-마크-어텟-	케첩
มายองเนส	마-영-넷-	마요네즈
เนย	느ㅓ-이	버터
เนยแข็ง	느ㅓ-이캥	치즈

관련단어

ครีม	크림-	크림
เกลือ	끌르-어	소금
น้ำตาล	남딴-	설탕
น้ำปลา	남쁠라-	간장, 어장
ซีอิ๊ว	씨-이우	간장, 콩간장
ซอสพริก	썻-프릭	칠리소스
พริกไทย	프릭타이	후추
งา	응아-	참깨
พริกป่น	프릭뽄	고춧가루
หัวหอม	후-어험-	양파
กระเทียม	끄라티-얌	마늘
พริก	프릭	고추
มันฝรั่ง	만화랑	감자
มันเทศ	만텟-	고구마
แครอท	캐-럿-	당근
มะเขือเทศ	마크-어텟-	토마토
น้ำแข็ง	남캥	얼음
ผงชูรส	퐁추-롯	조미료
ผักชี	팍치-	고수
ถั่วดิน	투-어딘	땅콩

음료수

น้ำดื่ม	남듬-	생수
น้ำเปล่า	남쁠라오	생수, 맹물
เครื่องดื่ม	크르-엉듬-	음료수

쇼핑 • 식사

โค้ก	콕-	콜라
เป๊ปซี่	뻽-씨-	팹시
สไปรท์	싸쁘라이	스프라이트
น้ำผลไม้	남폰라마이	과일 주스
น้ำส้ม	남쏨	오렌지 주스
น้ำมะนาว	남마나-우	레몬 주스
น้ำมะพร้าว	남마프라-우	코코넛 주스
น้ำอ้อย	남어-이	사탕수수 주스
น้ำชา	남차-	차
กาแฟ	까-홰-	커피
กาแฟร้อน	까-홰-런-	핫커피
กาแฟเย็น	까-홰-옌	냉커피
กาแฟดำ	까-홰-담	블랙커피
กาแฟนมสด	까-홰-놈쏫	밀크커피
นมสด	놈쏫	우유
เหล้า	라오	술
เบียร์	비-야	맥주
ไวน์	와이	와인
เหล้า(ฝรั่ง)	라오(화랑)	양주
โซจู	쏘-쭈-	소주

음식

อาหาร	아-한-	음식, 식사
ข้าว	카-우	밥
อาหารเช้า	아-한-차오	아침 식사

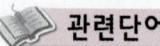

관련단어

อาหารกลางวัน	아-한-끌랑-완	점심 식사
อาหารเย็น	아-한-옌	저녁 식사
ของหวาน	컹-완-	후식, 디저트
อาหารมื้อดึก	아-한-므-득	야식
ขนมปัง	카놈빵	빵
ข้าวสาร	카-우싼-	쌀
ซุป	쑵	수프
แกง	깽-	국
ต้ม	똠	찌개
เนื้อ	느-어	고기
ไก่	까이	닭고기, 닭
วัว	우-어	소고기, 소
หมู	무-	돼지고기, 돼지
เป็ด	뻿	오리고기, 오리
อาหารทะเล	아-한-탈레-	해산물 요리
ปลา	쁠라-	생선
กุ้ง	꿍	새우
ปลาหมึก	쁠라-믁	오징어
ปู	뿌-	게
ก๋วยเตี๋ยว	꾸-어이띠-여우	쌀국수
สลัด	쌀랏	샐러드
ไข่ดาว	카이다-우	계란 후라이
น้ำผึ้ง	남픙	꿀
ก๋วยเตี๋ยวเส้นเล็ก	꾸-어이띠-여우쎈-렉	가는 국수
ก๋วยเตี๋ยวเส้นใหญ่	꾸-어이띠-여우쎈-야이	굵은 국수

ยำวุ้นเส้น	얌운쎈–	얌운센
ไก่ตุ๋น	까이뚠	까이뚠
ทอด	텃–	튀기다
ผัด	팟	볶다
ย่าง	양–	굽다
ต้ม	똠	삶다
นึ่ง	능	찌다
ผสม	파쏨	섞다
ขนมเค้ก	카놈켁–	케이크
เค้กวันเกิด	켁–완끄ㅓ–ㅅ	생일 케이크
ช็อกโกแลต	척꼴–랫–	초콜릿
ลูกกวาด	룩–꽛–	사탕
ผลไม้	폰라마이	과일
ไอศกรีม	아이쓰크림–	아이스크림

맛

รสชาติ	롯찻–	맛
กลิ่น	끌린–	냄새
อร่อย	아러–이	맛있다
ไม่อร่อย	마이 아러–이	맛없다
เฉยๆ	츠ㅓ–이츠ㅓ–이	그저 그렇다
เผ็ด	펫	맵다
หวาน	완–	달다
เค็ม	켐	짜다
จืด	쯧–	싱겁다

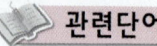 관련단어

เปรี้ยว	쁘리-여우	시다
ขม	콤	쓰다
เลี่ยน	리-얀	느끼하다

8장

교통

1. 길을 물을 때
2. 길을 안내할 때
3. 버스를 이용할 때
4. 택시를 이용할 때
5. 지하철을 이용할 때
6. 열차를 이용할 때
7. 기내에서

Thai language

제8장

1. 길을 물을 때

주요표현

A : แม่น้ำเจ้าพระยา อยู่ ที่ไหน ครับ
매–남 짜오프라야– 유– 티–나이 크랍

B : เดิน ตรงไป ถนนเส้นนั้น ค่ะ
드ㅓ– 뜨롱 빠이 타논 쎈– 난 카

A : 짜오프라야 강은 어디에 있어요?

B : 저 길을 곧바로 가세요.

말씀 좀 묻겠습니다.

ขอ ถาม หน่อย ครับ

커– 탐– 너–이 크랍

왓프라깨우 사원에 가는 길을 알려 주세요.

ช่วย บอก ทาง ไป วัดพระแก้ว หน่อย ครับ

추–어이 벅– 탕– 빠이 왓프라깨–우 너–이 크랍

카오산 거리는 어떻게 가지요?

ถ้า จะ ไป ถนนข้าวสาร จะต้อง ไป อย่างไร ครับ

타– 짜 빠이 타논 카–우싼– 짜떵– 빠이 양–라이 크랍

주소를 찾고 있습니다.

กำลัง หา ที่อยู่ อยู่ ครับ

깜랑 하– 티–유– 유– 크랍

걸어갈 수 있습니까?

เดินไป ได้ไหม ครับ

드ㅓ–빠이 다이 마이 크랍

걸어서 얼마나 걸려요?
ถ้า เดินไป ใช้เวลาเท่าไร ครับ
타- 든ㅓ-빠이 차이웰-라 타오라이 크랍

30분 정도 걸립니다.
ใช้เวลา ประมาณ 30 นาที ครับ
차이웰-라- 쁘라만- 쌈-씹 나-티- 크랍

버스를 타세요.
ขึ้น รถเมล์ ครับ
큰 롯메- 크랍

여기서 멉니까?
ไกล จาก ที่นี่ ไหม ครับ
끌라이 짝- 티-니- 마이 크랍

여기서 가깝습니다.
อยู่ ใกล้ จาก ที่นี่ ครับ
유- 끌라이 짝- 티-니- 크랍

여기서 멉니다. 택시를 부르는 것이 더 좋겠어요.
อยู่ ไกล จาก ที่นี่ เรียก รถแท็กซี่ ดีกว่า ครับ
유- 끌라이 짝- 티-니- 리-약 롯택씨- 디-꽈- 크랍

여기서 왕궁까지 얼마나 시간이 걸리나요?
จาก ที่นี่ ถึง พระราชวัง ใช้เวลาเท่าไร ครับ
짝- 티-니- 틍 프라라-차왕 차이웰-라- 타오라이 크랍

제8장 2. 길을 안내할 때

> **주요표현**
>
> A : **ข้าม ถนนนี้ ไป ครับ**
>   캄- 타논 니- 빠이 크랍
>
> B : **ทราบแล้ว ค่ะ ขอบคุณ มาก ค่ะ**
>   쌉-래-우 카 컵-쿤 막- 카
>
> A : 이 길을 건너세요.
> B : 알겠습니다. 감사합니다.

이 길입니까?

ถนนนี้ หรือเปล่า คะ
타논 니- 르-쁠라오 카

이 길을 따라 약 30미터쯤 직진하세요.

ตรงไป ตาม ถนนนี้ ประมาณ 30 เมตร ค่ะ
뜨롱 빠이 땀- 타논 니- 쁘라만- 쌈-씹 멧- 카

여기서 50m 정도입니다.

จาก ที่นี่ ประมาณ 50 เมตร ค่ะ
짝- 티-니- 쁘라만- 하-씹 멧- 카

사거리에 도착하면 오른쪽[왼쪽]으로 도세요.

ถ้า ถึง สี่แยก แล้ว ให้ เลี้ยว ขวา[เลี้ยว ซ้าย] ค่ะ
타- 틍 씨-액- 래-우 하이 리-여우 콰-[리-여우 싸-이] 카

당신의 왼편에 있습니다.

อยู่ ทางซ้าย ของ คุณ ค่ะ
유- 탕-싸-이 컹- 쿤 카

교통

이 길 맞은편에 있습니다.
อยู่ ตรงข้าม กับ ถนนนี้ ค่ะ
유- 뜨롱캄- 깝 타논 니- 카

은행 옆에 있습니다.
อยู่ ข้างๆ ธนาคาร ค่ะ
유- 캉-캉- 타나-칸- 카

경찰서 앞에 있습니다.
อยู่ หน้า สถานีตำรวจ ค่ะ
유- 나- 싸타-니-땀루-엇 카

바로 저기입니다.
อยู่ ตรงนั้น เลย ค่ะ
유- 뜨롱 난- 르ㅓ-이 카

쉽게 찾을 수 있습니다.
หา[เจอ] ง่าย ค่ะ
하-[쯔ㅓ-] 응아-이 카

ให้[하이]의 의미에 따른 위치는 아래와 같습니다.
1) 주다 : (주는 사람) + **ให้**[하이] + 주는 물건 + (받는 사람)
2) ~해 주다 : 문장/동사 + **ให้**[하이]
3) ~하게 : **ให้**[하이] + 형용사/수식어

제8장 3. 버스를 이용할 때

주요표현

A : รถเมล์คันนี้ ไป ถนนข้าวสาร ไหม ครับ
롯메– 칸 니– 빠이 타논 카–우싼– 마이 크랍

B : ไป ค่ะ ขึ้น เลย ค่ะ
빠이 카 큰 르ㅓ–이 카

A : 이 버스는 카오산 거리에 갑니까?

B : 네, 그렇습니다. 타세요.

버스정류장은 어디에 있습니까?

ป้ายรถเมล์ อยู่ ที่ไหน คะ
빠–이롯메– 유– 티–나이 카

공항 가는 버스는 어디서 탈 수 있나요?

รถเมล์ไปสนามบิน ขึ้น ได้ ที่ไหน คะ
롯메– 빠이 싸남–빈 큰 다이 티–나이 카

버스정류장은 길 건너에 있습니다.

ป้ายรถเมล์ อยู่ ตรงข้าม ถนน ค่ะ
빠–이롯메– 유– 뜨롱캄– 타논 카

시내 가는 버스 있습니까?

มี รถเมล์ไปในเมือง ไหม คะ
미– 롯메– 빠이 나이 므–엉 마이 카

4번 버스를 타세요.

ขึ้น รถเมล์ สาย 4 ได้ ค่ะ
큰 롯메– 싸–이 씨– 다이 카

이 버스 아속 사거리에서 정차합니까?

รถเมล์คันนี้ หยุด ที่ สี่แยกอโศก ไหม คะ

롯메– 칸– 니– 윳 티– 씨–얙– 아쏙– 마이 카

이 버스는 어디까지 갑니까?

รถเมล์คันนี้ ไป ถึง ที่ไหน คะ

롯메– 칸 니– 빠이 틍 티–나이 카

버스 티켓은 어디서 구매하나요?

ซื้อ ตั๋วรถเมล์ ได้ ที่ไหน คะ

쓰– 뚜–어 롯메– 다이 티–나이 카

다음 버스는 언제 있어요?

รถเมล์คันต่อไป มี เมื่อไร คะ

롯메– 칸 떠–빠이 미– 므–어라이 카

첫차는 몇 시에 출발합니까?

รถเที่ยวแรก ออก กี่โมง คะ

롯 티–여우 랙– 억– 끼–몽– 카

막차는 몇 시에 있습니까?

รถเที่ยวสุดท้าย กี่โมง คะ

롯 티–여우 쑷타–이 끼–몽– 카

버스 시간이 어떻게 돼요?

เวลารถบัส เป็นยังไง คะ

웰–라– 롯밧 뻰양응아이 카

제8장 4. 택시를 이용할 때

주요표현

A : ลูกค้า จะ เดินทางไป ที่ไหน ครับ
룩–카– 짜 든ㅓ–탕– 빠이 티–나이 크랍

B : ช่วย ไป ที่ ตลาดจตุจักร ค่ะ
추–어이 빠이 티– 딸랏– 짜뚜짝 카

A : 손님, 어디에 가십니까?

B : 짜뚜짝 시장으로 가 주세요.

택시를 불러 주세요.

ช่วย เรียก แท็กซี่ ให้หน่อย ครับ
추–어이 리–약 택씨– 하이 너–이 크랍

제가 택시를 부르겠습니다.

ผม จะ เรียก แท็กซี่ ครับ
폼 짜 리–약 택씨– 크랍

트렁크를 열어 주실 수 있나요?

ช่วย เปิด กระโปรงหลัง ให้หน่อย ได้ไหม ครับ
추–어이 뻗ㅓ– 끄라쁘롱– 랑 하이 너–이 다이 마이 크랍

짐 좀 실어 주실 수 있나요?

ช่วย ใส่ ของ หน่อย ได้ไหม ครับ
추–어이 싸이 컹– 너–이 다이 마이 크랍

공항까지 데리고 가 주세요.

ช่วย พาไป สนามบิน หน่อย ครับ
추–어이 파– 빠이 싸남–빈 너–이 크랍

국제선이 아니라 국내선으로 갑니다.

ไม่ ได้ ไป สายระหว่างประเทศ แต่ ไป สายภายในประเทศ ครับ

마이 다이 빠이 싸–이 라왕–쁘라텟– 때– 빠이 싸–이 파–이나이 쁘라텟– 크랍

이 주소로 가 주세요.

ช่วย ไป ตาม ที่อยู่นี้ ครับ

추–어이 빠이 땀– 티–유– 니– 크랍

도착했습니다.

ถึง แล้ว ครับ

틍 래–우 크랍

여기서 세워 주세요. 얼마입니까?

ช่วย จอด รถ ที่นี่ ครับ ค่ารถ เท่าไร ครับ

추–어이 쩟– 롯 티–니– 크랍 카–롯 타오라이 크랍

(돈) 여기 있습니다. 거스름돈은 가지세요.

นี่ ครับ (เงิน) ไม่ต้อง ทอน ครับ

니– 크랍 (응은ㅓ–) 마이 떵– 턴– 크랍

요금은 얼마예요?

ค่ารถ เท่าไร ครับ

카–롯 타오라이 크랍

제8장 5. 지하철을 이용할 때

주요표현

A : จะ เปลี่ยน รถ ได้ ที่ไหน ครับ
짜 쁠리-얀 롯 다이 티-나이 크랍

B : เปลี่ยน รถ ได้ สถานีจตุจักร ค่ะ
쁠리-얀 롯 다이 싸타-니-짜뚜짝 카

A : 어디서 갈아타면 되나요?
B : 짜뚜짝 시장 역에서 갈아타면 돼요.

표는 어디서 살 수 있습니까?

ซื้อ ตั๋ว ได้ ที่ไหน ครับ
쓰- 뚜-어 다이 티-나이 크랍

지하철을 타고 왓프라깨우 사원에 갈 수 있습니까?

นั่ง รถไฟใต้ดิน ไป วัดพระแก้ว ได้ไหม ครับ
낭 롯화이따이딘 빠이 왓프라깨-우 다이마이 크랍

이 부근에 지하철이 있습니까?

แถวนี้ มี รถไฟใต้ดิน ไหม ครับ
태-우니- 미- 롯화이따이딘 마이 크랍

표 한 장에 얼마인가요?

ตั๋ว ใบ ละ เท่าไร ครับ
뚜-어 바이 라 타오라이 크랍

지하철 출구는 어디입니까?

ทางออกสถานีรถไฟใต้ดิน อยู่ ที่ไหน ครับ
탕-억-싸타-니-롯화이따이딘 유- 티-나이 크랍

지하철은 몇 시까지 있어요?

รถไฟใต้ดิน มี ถึง กี่โมง ครับ

롯화이따이딘 미– 틍 끼– 몽– 크랍

첫차는 몇 시인가요?

รถไฟเที่ยวแรก กี่โมง ครับ

롯화이티–여우랙– 끼–몽– 크랍

아속 역까지는 몇 정거장 남았나요?

เหลือ อีก กี่ สถานี จะ ถึง สถานีอโศก ครับ

르–어 익– 끼– 싸타–니– 짜 틍 싸타–니–아쏙 크랍

아직 두 정거장 남았습니다.

ยัง เหลือ อีก สอง สถานี ครับ

양 르–어 익– 썽– 싸타–니– 크랍

노선을 잘못 탔어요.

นั่ง ผิด สาย แล้ว ครับ

낭 핏 싸–이 래–우 크랍

태국의 교통수단

태국의 교통수단에는 대부분의 다른 나라와 마찬가지로 기차, 지하철, 지상철, 버스, 택시 등이 있습니다. 그밖의 교통수단으로는 뚝뚝(ตุ๊กตุ๊ก), 썽태우(รถสองแถว), 원머떠싸이(วินมอเตอร์ไซค์)가 있습니다. 뚝뚝은 바퀴가 세 개 달렸으며 방콕 등 관광지에서 흔히 볼수 있는 교통수단이며, 썽태우는 지붕이 없는 소형 트럭에 지붕을 씌우고 두 줄로 길게 좌석을 만든 차량입니다. 원머떠싸이는 '오토바이 택시'라고 생각하면 됩니다.

제8장 6. 열차를 이용할 때

주요표현

A : รถไฟคันนี้ สายกรุงเทพ ใช่ไหม ครับ
롯화이 칸 니– 싸–이 끄룽텝– 차이 마이 크랍

B : ค่ะ ใช่แล้ว ค่ะ
카 차이 래–우 카

A : 이 열차는 방콕행입니까?

B : 네, 그렇습니다.

여기 앉아도 될까요?

นั่ง ที่นี่ ได้ไหม คะ

낭 티–니– 다이 마이 카

네, 앉아도 됩니다.

ค่ะ นั่ง ได้ ค่ะ

카 낭 다이 카

아니요, 제 남편의 자리입니다.

ไม่ ได้ ค่ะ เป็น ที่นั่ง ของ สามี ดิฉัน ค่ะ

마이 다이 카 뻰 티–낭 컹– 싸–미– 디찬 카

좌석을 바꾸어 주세요.

ช่วย เปลี่ยน ที่นั่ง หน่อย ค่ะ

추–어이 쁠리–얀 티–낭 너–이 카

이 열차는 여기서 얼마나 정차하나요?

รถไฟคันนี้ จะ จอด ที่นี่ นานเท่าไร คะ

롯화이 칸 니– 짜 쩟– 티–니– 난–타오라이 카

치앙라이까지는 얼마나 걸리나요?

ถึง เชียงราย ใช้เวลาเท่าไร คะ

틍 치–양라–이 차이웰–라– 타오라이 카

치앙라이는 다음 역입니다.

สถานีต่อไป เชียงราย ค่ะ

싸타–니– 떠–빠이 치–양라–이 카

이 역에서 내리세요.

ลง ที่ สถานีนี้ ค่ะ

롱 티– 싸타–니– 니– 카

여기는 무슨 역입니까?

ที่นี่ สถานี อะไร คะ

티–니– 싸타–니– 아라이 카

다음은 무슨 역인가요?

สถานีต่อไป สถานี อะไร คะ

싸타–니– 떠–빠이 싸타–니– 아라이 카

마지막 역은 어디에요?

สถานีสุดท้าย อยู่ ที่ไหน คะ

싸타–니–쏫타–이 유– 티–나이 카

다음 열차는 몇 시에 있습니까?

รถคันต่อไป มี ตอน กี่โมง คะ

롯칸떠–빠이 미– 떤– 끼–몽– 카

주요표현

A : ที่นั่ง ของ ผม อยู่ ที่ไหน ครับ
티-낭 컹- 폼 유- 티-나이 크랍

B : อยู่ ข้าง หน้าต่าง ค่ะ
유- 캉- 나-땅- 카

A : 제 좌석은 어디입니까?

B : 여기 창가 쪽입니다.

실례합니다.

ขอโทษ ครับ
커-톳- 크랍

여기 앉아도 되겠습니까?

นั่ง ตรงนี้ ได้ไหม ครับ
낭 뜨롱니- 다이 마이 크랍

안전벨트를 매 주세요.

ช่วย คาด เข็มขัดนิรภัย ด้วย ครับ
추-어이 캇- 켐캇니라파이 두-어이 크랍

음료수를 드시겠습니까?

จะ ดื่ม เครื่องดื่ม อะไรดี ครับ
짜 듬- 크르-엉듬- 아라이디- 크랍

물 한 잔 주세요.

ขอ น้ำ หนึ่ง แก้ว ครับ
커- 남 능 깨-우 크랍

교통

수박 주스 한 잔 주세요.
ขอ น้ำแตงโม แก้ว หนึ่ง ครับ
커- 남땡-모- 깨-우 능 크랍

화장실은 어디입니까?
ห้องน้ำ อยู่ ที่ไหน ครับ
헝-남 유- 티-나이 크랍

기내에서 면세품을 살 수 있습니까?
ซื้อ ของปลอดภาษี ภายใน เครื่องบิน ได้ไหม ครับ
쓰- 컹-쁠럿-파-씨- 파-이나이 크르-엉빈 다이 마이 크랍

언제 쑤완나품 공항에 도착합니까?
จะ ถึง สนามบินสุวรรณภูมิ เมื่อไร ครับ
짜 틍 싸남-빈 쑤완나품 므-어라이 크랍

입국신고서를 어떻게 작성해야 하나요?
จะต้อง กรอก ใบแจ้งขาเข้าประเทศ อย่างไร ครับ
짜 떵- 끄럭 바이쨍-카-카오쁘라텟- 양-라이 크랍

방콕 내 공항

태국의 수도인 방콕에는 쑤완나품 공항(สนามบินสุวรรณภูมิ)과 던므엉 공항(สนามบินดอนเมือง) 이렇게 두 개의 공항이 있습니다. 쑤완나품 공항이 생기기 전에는 던므엉 공항이 태국의 대표 공항이었지만 지금은 주요 항공들이 쑤완나품 공항을 거쳐가며, 던므엉 공항은 저가항공 또는 국내선을 이용할 때 주로 사용합니다.

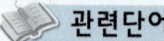
관련단어

교통수단

จราจร	짜라–쩐–	교통
จรวด	짜루–엇	로켓
ยานอวกาศ	얀–아와깟–	우주선
สนามบิน	싸남–빈	공항
เครื่องบิน	크르–엉빈	비행기
เฮลิคอปเตอร์	헬–리컵–뜨ㅓ–	헬리콥터
รถไฟ	롯화이	기차
รถไฟใต้ดิน	롯화이따이딘	지하철
สถานีรถไฟใต้ดิน	싸타–니–롯화이따이딘	지하철역
แท็กซี่	택씨–	택시
รถเมล์	롯메–	버스
รถเมล์ทัวร์	롯메–투–어	관광버스
รถโรงเรียน	롯롱–리–얀	스쿨버스
ป้ายรถเมล์	빠–이롯메–	버스정류장
รถบรรทุก	롯반툭	트럭
ลีมูซีน	리–무–씬–	리무진
รถพยาบาล	롯파야–반–	구급차
รถดับเพลิง	롯답플릉ㅓ–	소방차
รถเคเบิล	롯케–븐ㅓ–	케이블카
รถมอเตอร์ไซค์	롯머–뜨ㅓ–싸이	오토바이
รถจักรยาน	롯짝끄라얀–	자전거
ท่าเรือ	타–르–어	항구
เรือ	르–어	배

방향

ทิศทาง	팃탕-	방향
ตะวันออก	따완억-	동
ตะวันตก	따완똑	서
ใต้	따이	남
เหนือ	느-어	북
ตะวันออกเฉียงใต้	따완억-치-양따이	동남
ตะวันตกเฉียงใต้	따완똑치-양따이	서남
ตะวันออกเฉียงเหนือ	따완억-치-양느-어	동북
ตะวันตกเฉียงเหนือ	따완똑치-양느-어	서북
ขวา	콰-	오른
ซ้าย	싸-이	왼
บน	본	위
ล่าง	랑-	아래
ใต้	따이	밑
ข้าง	캉-	옆
หน้า	나-	앞
หลัง	랑	뒤
ใน	나이	안
นอก	넉-	밖
ใกล้	끌라이	가까이
ไกล	끌라이	멀리
ทางเข้า	탕-카오	입구
ทางออก	탕-억-	출구

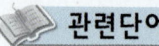
관련단어

สี่แยก	씨-액-	사거리
ทางม้าลาย	탕-마-라-이	횡단보도
ตรงข้าม	뜨롱캄-	맞은편
เลี้ยวขวา	리-여우콰-	우회전하다
เลี้ยวซ้าย	리-여우싸-이	좌회전하다
ตรงไป	뜨롱빠이	직진하다
กลับรถ(ยูเทิร์น)	끌랍롯(유-튼ㅓ-)	유턴하다
ไฟสัญญาณ	화이싼얀-	신호등

색깔

สี	씨-	색깔
สีแดง	씨-댕-	빨간색
สีชมพู	씨-촘푸-	분홍색
สีดำ	씨-담	검정색
สีแสด	씨-쌧-	주황색
สีเหลือง	씨-르-엉	노란색
สีฟ้า	씨-화-	하늘색
สีน้ำเงิน	씨-남응은ㅓ-	파란색/남색
สีเขียว	씨-키-여우	초록색
สีเขียวอ่อน	씨-키-여우언-	연두색
สีขาว	씨-카-우	흰색
สีน้ำตาล	씨-남딴-	갈색
สีม่วง	씨-무-엉	보라색
สีเทา	씨-타오	회색
สีทอง	씨-텅-	금색

관광

9장

1. 출입국 심사
2. 수하물 찾기
3. 세관에서
4. 방 예약, 방 구하기
5. 체크인하기
6. 룸서비스
7. 물픔 보관
8. 체크아웃
9. 관광지에서
10. 사진을 찍을 때

Thai language

제9장 1. 출입국 심사

주요표현

A : เป้าหมาย ใน การมาเยือน ของ ท่าน คือ อะไร ครับ
빠오마-이 나이 깐-마-으(y)-언 컹- 탄- 크- 아라이 크랍

B : มาเที่ยว ค่ะ
마-티-여우 카

A : 방문 목적이 무엇입니까?
B : 관광입니다.

여권을 보여 주세요.

ขอ ดู พาสปอร์ต หน่อย ค่ะ
커- 두- 파-쓰뻣 너-이 카

방문 목적이 무엇입니까?

เป้าหมาย ใน การมาเยือน ของ ท่าน คือ อะไร คะ
빠오마-이 나이 깐-마-으(y)-언 컹- 탄- 크- 아라이 카

사업차 방문입니다.

มา (เพื่อ) เรื่องธุรกิจ ค่ะ
마- (프-어) 르-엉 투라낏 카

유학입니다.

มา เรียนต่อ ค่ะ
마- 리-얀 떠- 카

210

관광

여기에 얼마나 체류하실 건가요?
จะ พำนัก ที่นี่ นานเท่าไร คะ
짜 팜낙 티–니– 난–타오라이 카

1개월 정도요.
ประมาณ หนึ่ง เดือน ค่ะ
쁘라만– 능 드–언 카

어디서 체류하실 겁니까?
จะ พำนัก ที่ไหน คะ
짜 팜낙 티–나이 카

방콕에서 체류합니다.
พำนัก ที่ กรุงเทพ ค่ะ
팜낙 티– 끄룽텝– 카

귀국 항공권을 갖고 계십니까?
มี ตั๋วเครื่องบินขากลับ อยู่ ไหม คะ
미– 뚜–어크르–엉빈카–끌랍 유– 마이 카

네, 가지고 있습니다.
ค่ะ มี ค่ะ
카 미– 카

태국 방문이 처음입니까?
มาเที่ยว ประเทศไทย เป็นครั้งแรก หรือเปล่า คะ
마– 티–여우 쁘라텟–타이 뻰크랑랙– 르–쁠라오 카

211

제9장

2. 수하물 찾기

주요표현

A : ที่รับสัมภาระ อยู่ ที่ไหน ครับ
티-랍쌈파-라 유- 티-나이 크랍

B : อยู่ ชั้นล่างนี้ ค่ะ
유- 찬랑- 니- 카

A : 짐 찾는 곳은 어디입니까?

B : 이 아래층에 있습니다.

여기가 KE0463편 짐 찾는 곳입니까?

ที่นี่ เป็น ที่รับสัมภาระ ของ เที่ยวบินKE0463 ไหม ครับ
티-니- 뻰 티-랍쌈파-라 컹- 티-여우빈 KE쑨- 싸- 혹 쌈- 마이 크랍

제 짐이 안 나왔습니다.

สัมภาระ ของ ผม ยัง ไม่ ออกมา ครับ
쌈파-라 컹- 폼 양 마이 억-마- 크랍

제 가방을 찾을 수 없습니다.

ผม หา กระเป๋า ไม่ เจอ ครับ
폼 하- 끄라빠오 마이 쩌- 크랍

가방은 어디서 나옵니까?

กระเป๋า ออก ทางไหน ครับ
끄라빠오 억- 탕-나이 크랍

짐 찾는 걸 도와 주세요.

ช่วย หา สัมภาระ ให้หน่อย ครับ
추-어이 하- 쌈파-라 하이 너-이 크랍

어느 비행편입니까?

เที่ยวบิน ไหน ครับ

티-여우빈 나이 크랍

TG0415편으로 도착했습니다.

มา ถึง โดย เที่ยวบิน TG0415 ครับ

마- 틍 도-이 티-여우빈 TG쑨- 씨- 능 하- 크랍

수하물표를 보여 주세요.

ขอ ดู ใบรับสัมภาระ หน่อย ครับ

커- 두- 바이랍쌈파-라 너-이 크랍

가방이 어떤 색깔인가요?

กระเป๋า สี อะไร ครับ

끄라빠오 씨- 아라이 크랍

빨간색입니다.

สีแดง ครับ

씨-댕- 크랍

제 짐이 파손되었습니다.

สัมภาระ ของ ผม เสียหาย ครับ

쌈파-라 컹- 폼 씨-야하-이 크랍

항공 좌석 관련 태국어 표현

ชั้นประหยัด 찬쁘라얏 이코노미석　　ชั้นธุรกิจ 찬투라낏 비즈니스석

ชั้นหนึ่ง 찬능 일등석

제9장 3. 세관에서

주요표현

A : มี สิ่งของ ที่ จะ แจ้ง หรือ ครับ
미– 씽컹– 티– 짜 쨍– 르– 크랍

B : ไม่ ค่ะ ไม่ มี ค่ะ
마이 카 마이 미– 카

A : 신고할 물건 있습니까?

B : 아니요, 없습니다.

세관 검사대는 어디입니까?

เคาน์เตอร์ศุลกากร อยู่ ที่ไหน คะ
카오뜨ㅓ– 쑨라까–껀– 유– 티–나이 카

세관신고서를 보여 주세요.

ขอ ดู ใบแจ้งศุลกากร หน่อย ค่ะ
커– 두– 바이쨍–쑨라까–껀– 너–이 카

가방을 열어 주세요.

ช่วย เปิด กระเป๋า ให้หน่อย ค่ะ
추–어이 뻐ㅓ– 끄라빠오 하이 너–이 카

이 속에 뭐가 들어 있습니까?

ใน นี้ มี อะไร อยู่ คะ
나이 니– 미– 아라이 유– 카

이것은 무엇입니까?

นี่ คือ อะไร คะ
니– 크– 아라이 카

관광

친구 선물입니다.
เป็น ของขวัญ ของ เพื่อน ค่ะ
뻰 컹-콴 컹 프-언 카

제 일상용품들입니다.
เป็น ของใช้ชีวิตประจำวัน ของ ดิฉัน ค่ะ
뻰 컹-차이치-윗쁘라짬완 컹- 디찬 카

이게 제가 가진 것 전부입니다.
ของนี้ เป็น ของ ดิฉัน ทั้งหมด ค่ะ
컹- 니- 뻰 컹- 디찬 탕못 카

이 물건은 관세를 지불해야 합니다.
สิ่งของนี้ จะต้อง จ่าย ภาษี ค่ะ
씽컹- 니- 짜 떵- 짜-이 파-씨-   카

돈은 얼마나 갖고 계십니까?
มี เงิน เท่าไร คะ
미- 응은ㅓ- 타오라이 카

~해야 한다(ต้อง 떵-)

ต้อง[떵-]은 '~해야 한다' 의미의 조동사로, 동사 앞에 옵니다. 부정은 ต้อง[떵-] 앞에 ไม่[마이]를 쓰며, 이때 뜻은 '~안 해도 된다, ~할 필요가 없다' 입니다.

미래·의지의 의미를 강조하려면, ต้อง [떵-] 앞에 미래 조동사인 จะ[짜]를 붙여 จะต้อง[짜떵-]으로 씁니다.

제9장 4. 방 예약, 방 구하기

주요표현

A : **อยากจะ จอง ห้อง ครับ**
약-짜 쩡- 헝- 크랍

B : **ช่วย บอก ชื่อ และ เบอร์โทรศัพท์ ค่ะ**
추-어이 벅- 츠- 래 브ㅓ-토-라쌉 카

A : 방을 예약하려고 합니다.
B : 성함과 전화번호를 알려주시겠습니까?

더블룸을 예약하겠습니다.

จะ จอง ห้องเตียงคู่ ครับ
짜 쩡- 헝-띠-양쿠- 크랍

싱글룸[더블룸]을 원합니다.

ต้องการ ห้องเตียงเดี่ยว[ห้องเตียงคู่] ครับ
떵-깐- 헝-띠-양디-여우[헝-띠-양쿠-] 크랍

여기는 언제 도착하십니까?

จะ มา ถึง ที่นี่ เมื่อไร ครับ
짜 마- 틍 티-니- 므-어라이 크랍

내일 밤에 갑니다.

ไป คืนพรุ่งนี้ ครับ
빠이 큰- 프룽니- 크랍

8월 15일에 도착합니다.

ถึง วันที่สิบห้า สิงหาคม ครับ
틍 완티- 씹 하- 씽하-콤 크랍

저는 전성남이고, 제 전화번호는 123-1234입니다.

ผม ชอนซองนัม เบอร์โทรศัพท์ ของ ผม คือ 123-1234 ครับ

폼 천-썽-남 브ㅓ-토-라쌉 컹- 폼 크- 능 썽- 쌈- 능 썽- 쌈- 씨- 크랍

여기서 며칠 머무르십니까?

จะ พัก ที่นี่ กี่ วัน ครับ

짜 팍 티-니- 끼- 완 크랍

15일 동안이요.

สิบห้า วัน ครับ

씹 하- 완 크랍

이제 예약되셨습니다.

ตอนนี้ จอง เรียบร้อยแล้ว ครับ

떤-니- 쩡- 리-얍러-이 래-우 크랍

예약을 변경[취소]하겠습니다.

จะ เปลี่ยน[ยกเลิก] การจอง ครับ

짜 쁠리-얀[욕릐ㅓ-] 깐-쩡- 크랍

제9장 5. 체크인하기

주요표현

A : มี ห้องว่าง ไหม ครับ
미– 헝–왕– 마이 크랍

B : ค่ะ มี ค่ะ
카 미– 카

A : 빈방 있습니까?

B : 네, 있습니다.

예약하셨습니까?

จอง หรือยัง คะ
쩡– 르–양 카

아직이요. 예약 안 했습니다.

ยัง ค่ะ ยัง ไม่ ได้ จอง ค่ะ
양 카 양 마이 다이 쩡– 카

지금 체크인할 수 있습니까?

สามารถ เช็คอิน ตอนนี้ ได้ไหม คะ
싸–맛– 첵인 떤–니– 다이 마이 카

어떤 방에 숙박하시겠습니까?

จะ พัก ที่ ห้อง ไหน คะ
짜 팍 티– 헝– 나이 카

얼마나 머무르실 예정입니까?

มี แผน จะ พัก นานเท่าไร คะ
미– 팬– 짜 팍 난–타오라이 카

3일간입니다.

สาม วัน ค่ะ

쌈– 완 카

요금은 하루에 얼마입니까?

ค่าใช้จ่าย วัน ละ เท่าไร คะ

카–차이짜–이 완 라 타오라이 카

여권을 보여 주세요.

ขอ ดู หนังสือเดินทาง หน่อย ค่ะ

커– 두– 낭쓰–드ㅓ–탕– 너–이 카

방 번호는 605호이고, 여기 열쇠입니다.

ห้อง หมายเลข 605 นี่ กุญแจ ค่ะ

헝– 마–이렉– 혹 쑨– 하– 니– 꾼 째– 카

죄송하지만, 오늘은 빈방이 없습니다.

ขอโทษ ค่ะ แต่ วันนี้ ไม่ มี ห้องว่าง ค่ะ

커–톳– 카 때– 완니– 마이 미– 헝–왕– 카

다른 호텔을 추천해 드리겠습니다.

จะ แนะนำ โรงแรมอื่น ให้ ค่ะ

짜 내남 롱–램– 은– 하이 카

체크아웃 시간을 연장해 주세요.

ช่วย เลื่อน เวลาเช็คเอาท์ ให้หน่อย ค่ะ

추–어이 르–언 웰–라– 첵아오 하이 너–이 카

제9장

6. 룸서비스

주요표현

A : รูมเซอร์วิส ครับ มี อะไร ให้ ช่วย ไหม ครับ
룸-쓰ㅓ-윗 크랍 미- 아라이 하이 추-어이 마이 크랍

B : อาหารเช้า เอามา ให้ ที่ ห้อง ได้ไหม คะ
아-한-차오 아오 마- 하이 티- 헝- 다이 마이 카

A : 룸서비스입니다. 무엇을 도와드릴까요?

B : 아침식사를 방에 가져다 줄 수 있습니까?

리셉션입니다. 도와드릴 일 있으세요?

รีเซฟชั่น ครับ มี เรื่อง อะไร ให้ ช่วย ไหม ครับ

리-쎕-찬 크랍 미- 르-엉 아라이 하이 추-어이 마이 크랍

다섯 시에 모닝콜을 부탁합니다.

รบกวน ปลุก ผม ตีห้า ครับ

롭꾸-언 쁠룩 폼 띠- 하- 크랍

식당은 몇 시에 열어요?

ร้านอาหาร เปิด กี่โมง ครับ

란-아-한- 뻐ㅓ- 끼-몽- 크랍

세탁 부탁합니다.

ฝาก ซักผ้า ด้วย ครับ

확- 싹파- 두-어이 크랍

방이 지저분합니다.

ห้อง สกปรก ครับ

헝- 쏙까쁘록 크랍

관광

너무 시끄럽습니다!
เสียง ดัง มาก ครับ
씨-양 당 막- 크랍

방을 바꾸겠습니다.
จะ เปลี่ยน ห้อง ครับ
짜 쁠리-얀 헝- 크랍

화장실 휴지를 다 썼습니다.
กระดาษทิชชู่ ใน ห้องน้ำ ใช้ หมด แล้ว ครับ
끄라닷-팃추- 나이 헝-남 차이 못 래-우 크랍

화장실에 수건이 없어요.
ใน ห้องน้ำ ไม่ มี ผ้าขนหนู ครับ
나이 헝-남 마이 미 파-콘누- 크랍

방문이 잠겼어요. 키를 방에 두고 나왔어요.
ประตูห้อง ล็อก ครับ ลืม กุญแจ ไว้ ใน ห้อง ครับ
쁘라뚜-헝- 럭 크랍 름 꾼째- 와이 나이 헝- 크랍

모기약 좀 주세요.
ขอ ยากันยุง ครับ
커- 야-깐융 크랍

짜오프라야 강 뷰(전망)로 방을 바꿔주세요.
ช่วย เปลี่ยน เป็น ห้องวิวแม่น้ำเจ้าพระยา ให้ หน่อย ครับ
추-어이 쁠리-얀 뻰 헝- 위우 매-남짜오프라야- 하이 너-이 크랍

221

제9장

7. 물품 보관

주요표현

A : ของมีค่า ฝาก ที่นี่ ได้ไหม ครับ
컹–미–카– 확– 티–니– 다이 마이 크랍

B : ค่ะ ได้ ค่ะ กรุณา ใส่ ถุงนี้ แล้ว ปิดผนึก ให้ ด้วย ค่ะ
카 다이 카 까루나– 싸이 퉁 니– 래–우 삣 파늑 하이 두–어이 카

A : 귀중품을 여기 맡길 수 있습니까?

B : 네, 그렇습니다. 이 봉투에 넣고 봉해 주세요.

방에 금고가 있습니까?

ใน ห้อง มี ล็อกเกอร์ ไหม คะ

나이 헝– 미– 럭끄ㅓ– 마이 카

이 짐을 저녁까지 맡아 주시겠습니까?

ฝาก ของ[สัมภาระ] ไว้ ถึง ตอนเย็น ได้ไหม คะ

확 컹–[쌈파–라] 와이 틍 떤–옌 다이 마이 카

이것을 체크아웃 때까지 맡아 주세요.

ขอ ฝาก ของนี้ ไว้ จนกว่าจะ เช็คเอาท์ ค่ะ

커– 확– 컹– 니– 와이 쫀꽈– 짜 첵아오 카

제 짐을 찾아도 되겠습니까?

ขอ รับ สัมภาระ ของ ดิฉัน ได้ไหม คะ

커– 랍 쌈파–라 컹– 디찬 다이 마이 카

여기서 환전할 수 있습니까?

แลกเงิน ที่นี่ ได้ไหม คะ

랙- 응은ㅓ- 티-니- 다이 마이 카

여기서 팩스를 보낼 수 있습니까?

ที่นี่ ส่ง แฟกซ์ ได้ไหม คะ

티-니- 쏭 홱- 다이 마이 카

여기서 인터넷 할 수 있습니까?

ที่นี่ เล่น เน็ต ได้ไหม คะ

티-니- 렌- 넷 다이 마이 카

제게 온 메시지 없습니까?

ไม่ มี ข้อความ ฝาก ถึง ดิฉัน ใช่ไหม คะ

마이 미- 커-쾀- 확- 틍 디찬 차이마이 카

이 편지를 항공으로 한국에 보내 주시겠습니까?

ส่ง จดหมายนี้ ทางอากาศ ไป ประเทศเกาหลี ได้ไหม คะ

쏭 쫏마-이 니- 탕-아-깟- 빠이 쁘라텟-까올리- 다이 마이 카

시내 지도 하나 주시겠습니까?

ขอ แผนที่ หนึ่ง แผ่น ได้ไหม คะ

커- 팬-티- 능 팬- 다이 마이 카

제9장

8. 체크아웃

주요표현

A : ตอนนี้ จะ เช็คเอาท์ ครับ
떤-니- 짜 첵아오 크랍

B : ค่ะ ห้อง หมายเลข อะไร คะ
카 헝- 마-이렉- 아라이 카

A : 지금 체크아웃하겠습니다.

B : 네, 몇 호실이죠?

체크아웃 시간은 몇 시입니까?

เวลาเช็คเอาท์ กี่โมง ครับ
웰-라- 첵아오 끼-몽- 크랍

오후 12시입니다.

เที่ยงวัน ครับ
티-양완 크랍

하루 더 연장하고 싶습니다.

อยาก พัก เพิ่ม อีก หนึ่ง คืน ครับ
약- 팍 픔ㅓ- 익- 능 큰- 크랍

체크아웃 시간을 2시간 연장할 수 있습니까?

ขอ เช็คเอาท์ ช้า ออกไป อีก สอง ชั่วโมง ได้ไหม ครับ
커- 첵아오 차- 억-빠이 익- 썽- 추-어몽- 다이 마이 크랍

2시간 연장해 드리겠습니다.

จะ ยืด เวลา ให้ อีก สอง ชั่วโมง ครับ
짜 읏(y)- 웰-라- 하이 익- 썽- 추-어몽- 크랍

관광

이 짐을 오후 3시까지 맡아 주세요.
ขอ ฝาก สัมภาระนี้ จนถึง บ่ายสามโมง ครับ
커- 확- 쌈파-라 니- 쫀틍 바-이 쌈- 몽- 크랍

방 키 여기 있습니다.
นี่ ครับ กุญแจห้อง
니- 크랍 꾼째-헝-

얼마입니까?
เท่าไร ครับ
타오라이 크랍

이 계산서에 착오가 있는 것 같습니다.
เหมือน ใบเสร็จนี้ จะ ผิด ครับ
므-언 바이쎗 니- 짜 핏 크랍

미니바를 사용하지 않았습니다.
ไม่ ได้ ใช้ มินิบาร์ ครับ
마이 다이 차이 미니바- 크랍

택시를 불러 주세요.
ช่วย เรียก แท็กซี่ ให้หน่อย ครับ
추-어이 리-약 택씨- 하이 너-이 크랍

구체적인 사항을 묻는 의문사

ใคร 크라이 누가 / เมื่อไร 므-어라이 언제 / ที่ไหน 티-나이 어디서 /
อะไร 아라이 무엇 / อย่างไร 양-라이 어떻게 / ทำไม 탐마이 왜 / ไหน 나이
어느(= ใด 다이)

제9장 9. 관광지에서

주요표현

A : การแสดง เริ่ม กี่โมง ครับ
깐-싸댕- 름ㅓ- 끼- 몽- 크랍

B : 6 โมง ครึ่ง ตอนเย็น ค่ะ
혹 몽- 크릉 떤-옌 카

A : 공연은 몇 시에 시작합니까?
B : 저녁 6시 반입니다.

이 옷차림 어때요? 태국 전통 의상입니다.

ชุดนี้ เป็นอย่างไร บ้าง คะ เป็น ชุดประจำชาติไทย ค่ะ
춋 니- 뻰양-라이 방- 카 뻰 춋쁘라짬찻-타이 카

매우 아름답습니다.

งดงาม มาก ค่ะ
응옷응암- 막- 카

매표소는 어디입니까?

ช่องขายตั๋ว อยู่ ที่ไหน คะ
청-카-이뚜-어 유- 티-나이 카

지금 표를 살 수 있나요?

ตอนนี้ ซื้อ ตั๋ว ได้ไหม คะ
떤-니- 쓰- 뚜-어 다이 마이 카

지금 무엇이 공연 중인가요?

ตอนนี้ กำลัง ทำ การแสดง อะไร อยู่ คะ
떤-니- 깜랑 탐 깐-싸댕- 아라이 유- 카

태국 전통 춤 공연입니다.

การแสดงรำไทย ค่ะ

깐-싸댕-람타이 카

공연은 몇 시에 끝납니까?

การแสดง เสร็จ กี่โมง คะ

깐-싸댕- 쎗 끼- 몽- 카

어느 좌석을 원하십니까?

ต้องการ ที่นั่ง ไหน คะ

떵-깐- 티-낭 나이 카

앞 좌석으로 주세요.

ขอ ที่นั่ง ด้านหน้า ค่ะ

커- 티-낭 단-나- 카

죄송하지만 매진되었습니다.

ขอโทษ นะ คะ แต่ว่า เต็ม แล้ว ค่ะ

커-톳- 나 카 때-와- 뗌 래-우 카

제9장

10. 사진을 찍을 때

주요표현

A : ช่วย ถ่ายรูป ให้หน่อย ได้ไหม ครับ
추–어이 타–이 룹– 하이 너–이 다이 마이 크랍

B : ค่ะ 1 2 3 ยิ้ม ด้วย ค่ะ
카 능 썽– 쌈– 임 두–어이 카

A : 사진 좀 찍어 주시겠습니까?

B : 네. 하나, 둘, 셋! 웃어요!

함께 사진 찍어요!

ถ่ายรูป ด้วยกัน ครับ
타–이 룹– 두–어이깐 크랍

여기서 찍을까요?

ถ่าย ที่นี่ ไหม ครับ
타–이 티–니– 마이 크랍

제가 찍어 드릴게요.

ผม จะ ถ่ายรูป ให้ ครับ
폼 짜– 타–이 룹– 하이 크랍

당신의 사진을 찍어도 되겠습니까?

ถ่ายรูป คุณ ได้ไหม ครับ
타–이 룹– 쿤 다이 마이 크랍

이 카메라는 어떻게 사용해요?

กล้องถ่ายรูปนี้ ใช้ อย่างไร ครับ
끌렁– 타–이 룹– 니– 차이 양–라이 크랍

이 버튼을 누르기만 하면 찍을 수 있습니다.

แค่ กด ปุ่ม ก็ ถ่าย ได้ แล้ว ครับ

캐- 꼿 뿜 꺼- 타-이 다이 래-우 크랍

이것을 인화해 주세요.

ช่วย ปริ้น รูปนี้ ให้หน่อย ครับ

추-어이 쁘린 룹- 니- 하이 너-이 크랍

이 사진을 확대해 주세요.

ช่วย ขยาย รูปนี้ หน่อย ครับ

추-어이 카야-이 룹- 니- 너-이 크랍

이메일 주소 좀 말해 주세요. 제가 이메일로 보내 드릴게요.

ช่วย บอก ที่อยู่อีเมล ด้วย ครับ ผม จะ ส่ง ให้ ทางอีเมล ครับ

추-어이 벅- 티-유-이-멘- 두-어이 크랍 폼 짜 쏭 하이 탕- 이-멘- 크랍

그러면 정말 좋아요!

ถ้าอย่างนั้น ดี จริงๆ ครับ

타-양-난 디- 찡찡 크랍

한번 더 (사진) 찍을게요.

จะ ถ่าย(รูป) อีกครั้ง ครับ

짜 타-이(룹-) 익-크랑 크랍

사진이 정말 잘 나왔네요.

รูปถ่าย ออกมา สวย มาก ครับ

룹-타-이 억-마- 쑤-어이 막- 크랍

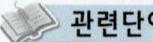

관련단어

비행기

กัปตันเครื่องบิน	깝딴크르-엉빈	기장
นักบิน	낙빈	조종사
นักบินผู้ช่วย	낙빈푸-추-어이	부조종사
แอร์โฮสเตส	애-호-쓰뗏-	스튜어디스
หูฟัง	후-황	헤드폰
ปลั๊กไฟ	쁠락화이	콘센트
หน้ากากออกซิเจน	나-깍-억-씨쩬-	산소마스크
เสื้อชูชีพ	쓰-어추-칩-	구명조끼
ประตูฉุกเฉิน	쁘라뚜-축츠ㅓ-	비상탈출구
ว่าง	왕-	비다
ปุ่มกดเรียก	뿜꼿리-약	호출버튼
ห้ามสูบบุหรี่	함-쑵-부리-	금연

공항

ท่าอากาศยาน	타-아-깟-싸얀-	공항
ศูนย์ประชาสัมพันธ์	쑨-쁘라차-쌈판	안내소
ออกเดินทาง	억-드ㅓ-탕-	출발하다
ทางเข้า	탕-카오	입구
ทางออก	탕-억-	출구
ช่องทางเดิน	청-탕-드ㅓ-	통로
ห้ามเข้าออก	함-카오억-	출입금지
บริเวณจำกัด	버리웬-짬깟	제한구역
ชาวต่างประเทศ	차-우땅-쁘라텟-	외국인

คนต่างชาติ	콘땅-찻-	외국인
ผู้มาเยือน	푸-마-으(y)-언	방문자
คนในประเทศ	콘나이쁘라텟-	내국인
กักกันโรค	깍깐록-	검역하다
การรักษาความปลอดภัย	깐-락싸-쾀-쁠럿-파이	보안, 경비
สถานที่รับคืนของหาย	싸-탄-티-랍큰-컹-하-이	분실물 수령 장소
ห้องนั่งรอ	헝-낭러-	대기실, 웨이팅룸
ธนาคาร	타나-칸-	은행
แลกเงิน	랙-응은ㅓ-	환전하다
ร้านค้าปลอดภาษี	란-카-쁠럿-파-씨-	면세점
รถเช่า	롯차오	렌터카
ป้ายแท็กซี่	빠-이택씨-	택시승강장
ป้ายรถเมล์	빠-이롯메-	버스정류장

호텔

ผู้จัดการโรงแรม	푸-짯깐-롱-램-	호텔 지배인
พนักงานรีเซฟชั่น	파낙응안-리-쎕-찬	리셉션 직원
พนักงานยกกระเป๋าในโรงแรม	파낙응안-욕끄라빠오나이롱-램-	벨보이
พนักงานทำความสะอาด	파낙응안-탐쾀-싸앗-	객실 청소 직원
ห้องสวีทรูม	헝-싸윗-룸-	스위트룸
ห้องเตียงคู่	헝-띠-양쿠-	트윈룸

관련단어

ห้องเตียงเดี่ยว	헝-띠-양디-여우	싱글룸
ห้องอาบน้ำ	헝-압-남	욕실
ล็อบบี้	럽비-	로비
สัมภาระ / กระเป๋า	쌈파-라 / 끄라빠오	짐
ห้อง / ห้องพัก	헝- / 헝-팍	방
เช็คอิน	첵인	체크인
เช็คเอาท์	첵아오	체크아웃

위급상황

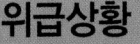

10장

1. 도둑맞았을 때
2. 물건을 잃어버렸을 때
3. 사고를 당했을 때

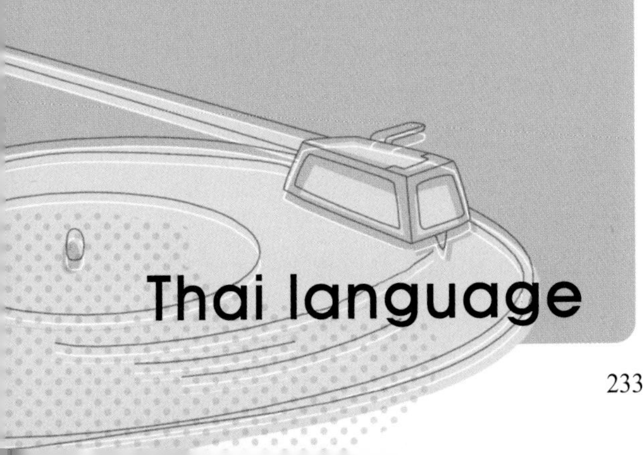

Thai language

제10장

1. 도둑맞았을 때

주요표현

A : ทำ ยังไงดี โดน วิ่งราว กระเป๋า ครับ
탐 양응아이 디– 돈– 윙라–우 끄라빠오 크랍

B : ไป แจ้งความ ที่ สถานีตำรวจ ด้วยกัน ค่ะ
빠이 쨍–캄– 티– 싸타–니–땀루–엇 두–어이깐 카

A : 어쩌면 좋아요, 가방을 날치기당했어요.

B : 함께 경찰서로 가서 도난 신고를 합시다.

세상에나! 집에 오는 길에 핸드폰을 날치기당했어요.

ตายแล้ว โดน วิ่งราว มือถือ ระหว่าง ทาง มาบ้าน ค่ะ
따–이 래–우 돈– 윙라–우 므–트– 라왕– 탕– 마– 반– 카

여권과 지갑이 들어 있는 가방을 날치기당했습니다.

โดน วิ่งราว กระเป๋า ที่ มี หนังสือเดินทาง และ กระเป๋าเงิน ไป ค่ะ
돈– 윙라–우 끄라빠오 티– 미– 낭쓰–든–탕– 래 끄라빠오응은– 빠이 카

테이블 위에 둔 내 카메라를 누군가 가져갔어요?

ใคร เอา กล้องถ่ายรูป ที่ วาง บน โต๊ะไป คะ
크라이 아오 끌렁–타–이룹– 티– 왕– 본 또 빠이 카

핸드폰을 소매치기당했어요.

โดน ล้วง มือถือ ไป ค่ะ
돈– 루–엉 므–트– 빠이 카

내 방이 털린 것 같아요!

ห้องฉัน เหมือน โดน ยกเค้า เลย ค่ะ

헝- 찬 므-언 돈- 욕카오 르ㅓ-이 카

돌아와 보니 내 노트북이 없어졌어요.

พอ เข้ามา โน๊ตบุ๊คฉัน ก็ หายไป แล้ว ค่ะ

퍼- 카오 마- 놋-북 찬 꺼- 하-이 빠이 래-우 카

경찰서는 어디에 있나요? 함께 가줄 수 있나요?

สถานีตำรวจ อยู่ ที่ไหน คะ ช่วย ไป ด้วยกัน หน่อย ได้ไหม คะ

싸타-니-땀루-엇 유 티-나이 카 추-어이 빠이 두-어이깐 너-이 다이 마이 카

한국대사관 전화번호 좀 주세요.

ขอ เบอร์โทรศัพท์สถานทูตเกาหลี หน่อย ค่ะ

커- 브ㅓ-토-라쌉 싸탄-툿- 까올리- 너-이 카

여권을 재발급받아야 합니다.

ต้อง ออก หนังสือเดินทาง ใหม่ ค่ะ

떵- 억- 낭쓰-든ㅓ-탕- 마이 카

여행자 보험엔 가입되었나요?

ได้ ซื้อ ประกันการท่องเที่ยว ไว้ หรือเปล่า คะ

다이 쓰- 쁘라깐 깐-텅-티-여우 와이 르-쁠라오 카

제10장 2. 물건을 잃어버렸을 때

주요표현

A : มี เรื่อง อะไร ครับ
미- 르-엉 아라이 크랍

B : ทำ กระเป๋า หาย ค่ะ
탐 끄라빠오 하-이 카

A : 무슨 일이에요?
B : 가방을 잃어버렸어요.

제 짐이 보이지 않아요.
มองไม่เห็น สัมภาระ ของ ผม ครับ
멍-마이헨 쌈파-라 컹- 폼 크랍

지갑을 잃어버렸어요.
ทำ กระเป๋าเงิน หาย ครับ
탐 끄라빠오응언- 하-이 크랍

여권을 잃어버렸습니다.
ทำ พาสปอร์ต หาย ครับ
탐 파-쓰뻣- 하-이 크랍

가방 안을 잘 찾아보셨나요?
มองหา ภายใน กระเป๋า ดี หรือยัง ครับ
멍-하- 파-이나이 끄라빠오 디- 르-양 크랍

어디서 잃어버렸는지 모르겠습니다.
ไม่ รู้ว่า หาย ที่ไหน ครับ
마이 루-와- 하-이 티-나이 크랍

안에는 현금이 들어 있습니다.

ข้างใน มี เงินสด อยู่ ครับ

캉-나이 미- 응은ㅓ-쏫 유- 크랍

유실물 센터는 어디입니까?

ศูนย์ของหาย อยู่ ที่ไหน ครับ

쑨-컹-하-이 유- 티-나이 크랍

분실신고서를 작성해 주세요.

กรุณา เขียน ใบแจ้งของหาย ครับ

까루나- 키-얀 바이쨍-컹-하-이 크랍

발견하시면 여기로 연락 주세요.

ถ้า หาเจอ รบกวน ติดต่อ ที่นี่ นะ ครับ

타- 하-쯔ㅓ- 롭꾸-언 띳떠- 티-니- 나 크랍

찾으면 연락 주세요.

ถ้า หาเจอ ช่วย ติดต่อ ด้วย นะ ครับ

타- 하-쯔ㅓ- 추-어이 띳떠- 두-어이 나 크랍

제10장 3. 사고를 당했을 때

주요표현

A : โดน รถชน ครับ
돈– 롯촌 크랍

B : ช่วย เรียก รถพยาบาล ให้หน่อย ค่ะ
추–어이 리–약 롯파야–반– 하이 너–이 카

A : 교통사고를 당했어요.

B : 구급차를 불러 주세요.

살려줘요!

ช่วยด้วย ค่ะ
추–어이 두–어이 카

누구 좀 도와주세요!

ใคร ก็ได้ ช่วย หน่อย ค่ะ
크라이 꺼–다이 추–어이 너–이 카

괜찮으세요?

ไม่เป็นไร ใช่ไหม คะ
마이뻰라이 차이마이 카

다친 사람이 있습니다.

มี คน ที่ เจ็บป่วย ค่ะ
미– 콘 티– 쩹뿌–어이 카

어린이가 피를 흘리고 있습니다.

เด็ก กำลัง เลือด ไหล อยู่ ค่ะ
덱 깜랑 르–엇 라이 유– 카

위급상황

여자가 의식이 없어요.
ผู้หญิง ไม่ มี สติ ค่ะ
푸-잉 마이 미- 싸띠 카

소화기 쓰는 법을 알려 주세요.
ช่วย บอก วิธีการ ใช้ เครื่องดับเพลิง หน่อย ค่ะ
추-어이 벅- 위티- 깐- 차이 크르-엉답플릉ㅓ- 너-이 카

비상벨을 누르세요.
กด สัญญาณฉุกเฉิน ค่ะ
꼿 싼얀-축츤ㅓ- 카

경찰을 불러요.
เรียก ตำรวจ หน่อย ค่ะ
리-약 땀루-엇 너-이 카

구조대를 불러 주세요.
ช่วย เรียก หน่วยฉุกเฉิน ให้หน่อย ค่ะ
추-어이 리-약 누-어이축츤ㅓ- 하이 너-이 카

대피하세요!
รีบ หนี เร็ว ค่ะ
립- 니- 레우 카

구명조끼를 착용하세요.
กรุณา สวม เสื้อชูชีพ ค่ะ
까루나- 쑤-엄 쓰-어추-칩- 카

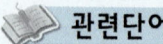

관련단어

분실, 도난, 사고

อุบัติเหตุ	우밧띠헷–	사고
รถชน	롯촌	교통사고
นักต้มตุ๋น	낙똠뚠	사기꾼
ขโมย	카모–이	도둑, 훔치다
นักล้วง	낙루–엉	소매치기
ล่อลวง	러–루–엉	유괴하다
คุกคาม	쿡캄–	협박하다
ฆ่า	카–	살해하다
ตำรวจ	땀루–엇	경찰
ของหาย	컹–하–이	분실물
บัตรประจำตัว	밧쁘라짬뚜–어	신분증
หนังสือเดินทาง / พาสปอร์ต	낭쓰–든ㅓ–탕– / 파–쓰벗–	여권
ของมีค่า	컹–미–카–	귀중품
บัตรเครดิต	밧크레–딧	신용카드
รถพยาบาล	롯파야–반–	구급차
แจ้งความ	쨍–캄–	신고하다
กระเป๋าถือ	끄라빠오트–	핸드백
กระเป๋าเป้	끄라빠오뻬–	백팩
ใบรับรอง / หนังสือรับรอง	바이랍렁– / 낭쓰–랍렁–	증명서
กระเป๋าเงิน	끄라빠오응은ㅓ–	돈지갑

부록

▶ 초심자를 위한 태국어 막사용 설명서

▶ 그림 단어

1. 객실
2. 화장실
3. 컴퓨터
4. 문구류
5. 가전제품
6. 주방
7. 인체
8. 과일
9. 야채
10. 동물
11. 태국의 주요 도시

초심자를 위한 태국어 막사용 설명서

태국에 가서 태국어를 못해도 최소한 다음 몇 마디만 알면 도움이 될 것입니다.

■ **สวัสดีครับ / ค่ะ** 싸왓디- 크랍 / 카	안녕하세요!
■ **หวัดดี** 왓디-	안녕!
■ **ครับ / ค่ะ** 크랍 / 카	예.
■ **ไม่** 마이	아니요.
■ **ดี** 디-	좋아요.
■ **นี่** 니-	이것
■ **นั่น** 난	저것
■ **ช่วยด้วย** 추-어이두-어이	도와주세요.

■ ขอโทษ 커–톳–	죄송합니다. / 실례합니다.
■ ไม่เป็นไร 마이뻰라이	괜찮습니다. / 천만에요.
■ เชิญ 츤ㅓ–	제발 ~
■ ~อยู่ที่ไหน 유– 티–나이	~은 어디 있습니까?
■ เท่าไร 타오라이	얼마입니까?
■ ขอบคุณ 컵–쿤	감사합니다.
■ ลดได้ไหม 롯 다이 마이	깎아 줄 수 있어요?
■ ไม่ใส่~ 마이 싸이	~을 넣지 마세요.

1. 객실

그림 단어

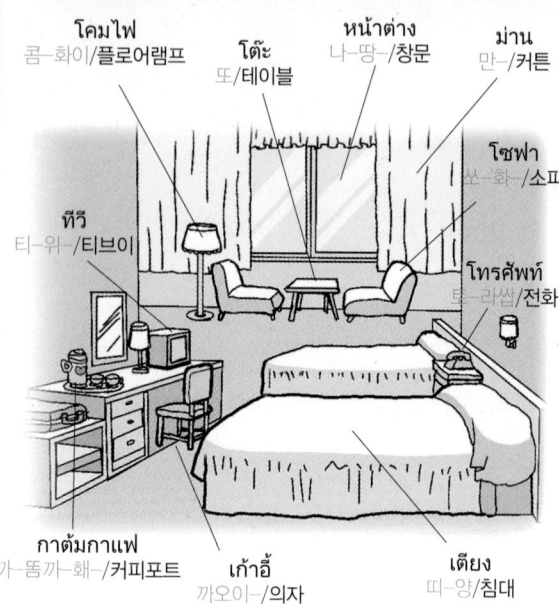

โคมไฟ 콤—화이/플로어램프
หน้าต่าง 나—땅/창문
โต๊ะ 또/테이블
ม่าน 만—/커튼
โซฟา 쏘—화—/소파
ทีวี 티—위—/티브이
โทรศัพท์ 토—라쌉/전화
กาต้มกาแฟ 까—똠까—해—/커피포트
เก้าอี้ 까오이—/의자
เตียง 띠—양/침대

- ตู้เสื้อผ้า 뚜—쓰—어파—/옷장
- ที่เขี่ยบุหรี่ 티—키—야부리—/재떨이
- ปลั๊กไฟ 쁘락화이/콘센트
- ตะเกียง 따끼—양/등, 램프
- ผ้าห่ม 파—홈/이불
- หมอน 먼—/베개

2. 화장실

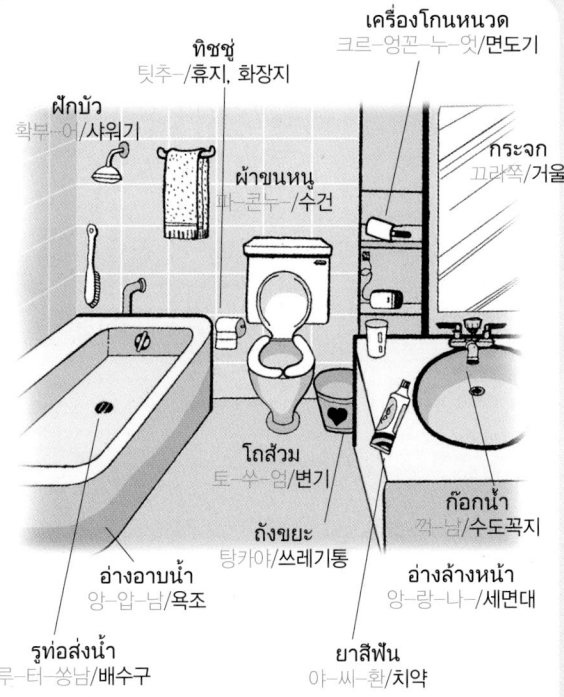

- เครื่องเป่าผม 크르-엉빠오폼/헤어드라이기
- สกินโทนเนอร์ 싸낀톤-너-/스킨
- สบู่ 싸부-/비누
- ครีมนวดผม 크림-누-엇폼/린스
- แปรงสีฟัน 쁘랭-씨-환/칫솔
- ยาสระผม 야-싸폼/샴푸
- โลชั่น 로-찬/로션
- หวี 위-/빗

3. 컴퓨터

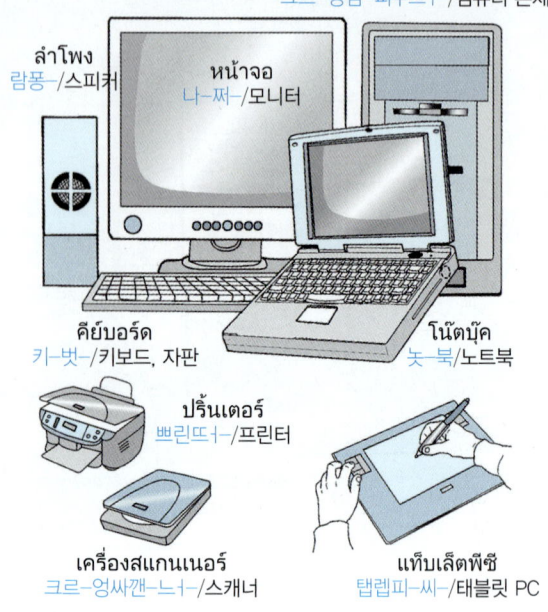

เครื่องคอมพิวเตอร์ 크르-엉컴-피우뜨ㅓ-/컴퓨터 본체
ลำโพง 람퐁-/스피커
หน้าจอ 나-쩌-/모니터
คีย์บอร์ด 키-벗-/키보드, 자판
โน้ตบุ๊ค 놋-북/노트북
ปริ้นเตอร์ 쁘린뜨ㅓ-/프린터
เครื่องสแกนเนอร์ 크르-엉싸깬-느ㅓ-/스캐너
แท็บเล็ตพีซี 탭렙피-씨-/태블릿 PC

- เครื่องคอมพิวเตอร์ ส่วนตัว 크르-엉컴-피우뜨ㅓ- 쑤-언뚜-어/개인 PC
- คีย์บอร์ดไร้สาย 키-벗-라이싸-이/무선키보드
- คอมพิวเตอร์แบบตั้งโต๊ะ 컴-피우뜨ㅓ- 뱁-땅또/데스크탑
- เมาส์ 마오/마우스
- เมาส์ไร้สาย 마오라이싸-이/무선마우스
- ไวไฟ 와이화이/와이파이
- ซีดีรอม 씨-디-럼-/시디롬
- ซีพียู 씨-피-유-/CPU
- แรม 램-/RAM

4. 문구류

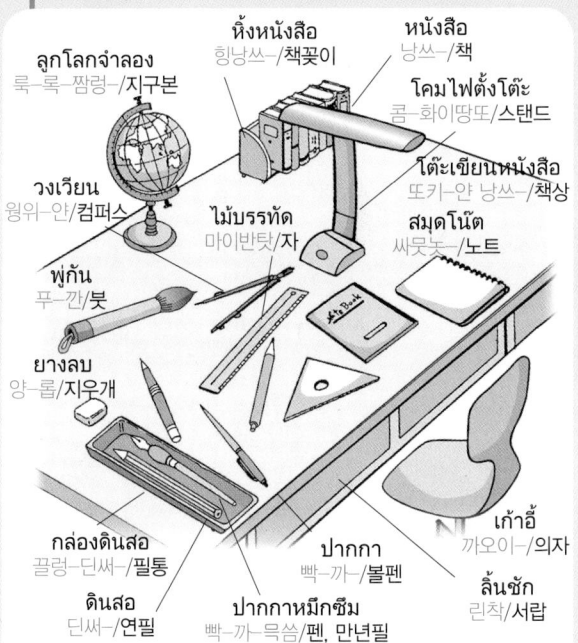

- ปากกาไฮไลท์ 빡-까-하이라이/형광펜
- กระดาษสี 끄라닷-씨-/색종이
- สก็อตช์เทป 쓰껏텝-/스카치테이프
- ไซน์เพน 싸이펜-/사인펜
- มีดพับ 밋-팝/커터칼
- สีน้ำ 씨-남/물감
- สีเทียน 씨-티-얀/크레파스
- ดินสอสี 딘써-씨-/색연필
- น้ำหมึก 남믁/잉크
- กาว 까-우/풀
- กระดาษ 끄라닷-/종이

5. 가전제품

กล้องถ่ายรูป
끌렁-타-이룹-/카메라

ตู้เย็น
뚜-옌/냉장고

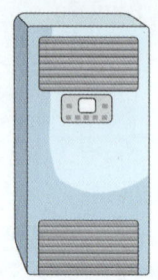

เครื่องปรับอากาศ
크르-엉쁘랍아-깟-/에어컨

เครื่องปั่น
크르-엉빤/믹서기

โทรทัศน์
토-라탓/텔레비전

พัดลม
팟롬/선풍기

เครื่องซักผ้า
크르-엉싹파-/세탁기

- กล้องดิจิตอล 끌렁-디찌떤-/디지털카메라
- เครื่องดูดฝุ่น 크르-엉둣-훈/청소기
- เครื่องฟอกอากาศ 크르-엉훡-아-깟-/공기청정기
- เครื่องทำความชื้น 크르-엉탐쾀-츤-/가습기
- เครื่องเป่าผม 크르-엉빠오폼/헤어드라이기
- เครื่องชงกาแฟ 크르-엉총까-홰-/커피머신
- เครื่องปิ้งขนมปัง 크르-엉삥카놈빵/토스트기
- เตาไฟฟ้า 따오화이화-/전기가스레인지

6. 주방

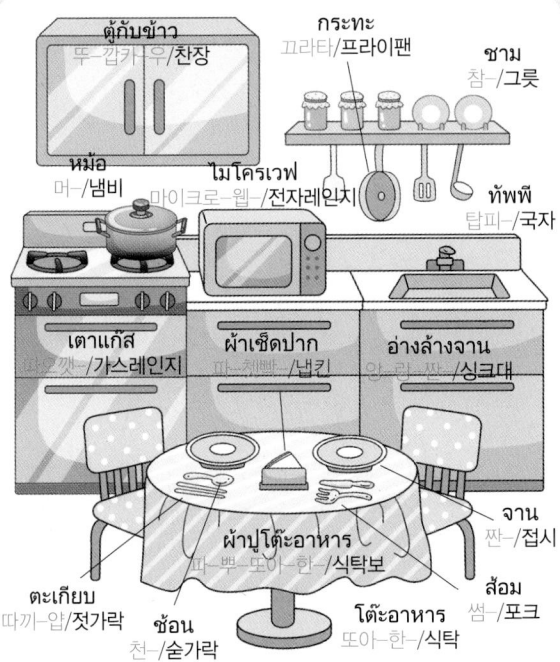

- เครื่องครัว 크르-엉크루-어/주방용구
- เครื่องล้างจาน 크르-엉랑-짠-/식기세척기
- เครื่องกรองน้ำ 크르-엉끄렁-남/정수기
- มีดทำอาหาร 믿-탐아-한-/칼, 식도
- เตาอบ 따오옵/오븐
- เขียง 키-양/도마
- ถาด 탓-/쟁반

7. 인체

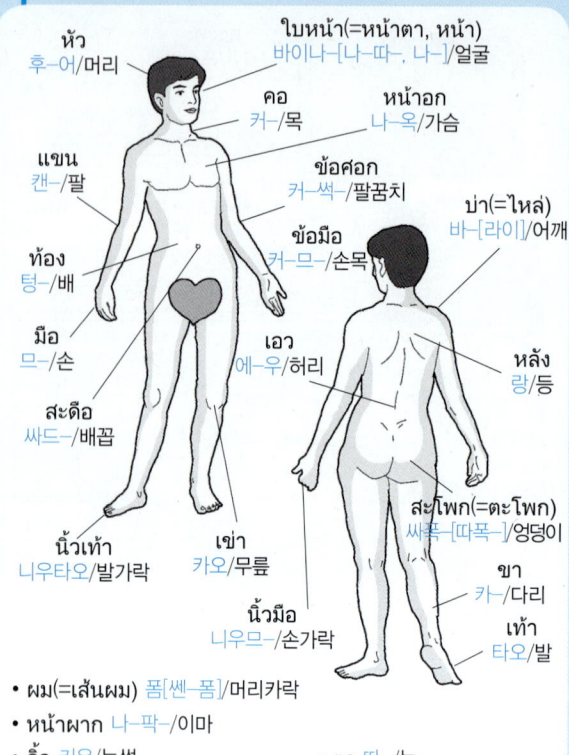

หัว
후–어/머리
ใบหน้า(=หน้าตา, หน้า)
바이나–[나–따–, 나–]/얼굴
คอ
커–/목
หน้าอก
나–옥/가슴
แขน
캔–/팔
ข้อศอก
커–썩–/팔꿈치
บ่า(=ไหล่)
바–[라이]/어깨
ข้อมือ
커–므–/손목
ท้อง
텅–/배
มือ
므–/손
เอว
에–우/허리
หลัง
랑/등
สะดือ
싸드–/배꼽
สะโพก(=ตะโพก)
싸폭–[따폭–]/엉덩이
นิ้วเท้า
니우타오/발가락
เข่า
카오/무릎
ขา
카–/다리
นิ้วมือ
니우므–/손가락
เท้า
타오/발

- ผม(=เส้นผม) 폼[쎈–폼]/머리카락
- หน้าผาก 나–팍–/이마
- คิ้ว 키우/눈썹
- จมูก 짜묵–/코
- ริมฝีปาก 림휘–빡–/입술
- เครา 크라오/턱수염
- ลิ้น 린/혀
- ลักยิ้ม 락임/보조개

- ตา 따–/눈
- หู 후–/귀
- คาง 캉–/턱
- ปาก 빡–/입
- หนวด 누–엇/콧수염, 수염
- หัวใจ 후–어짜이/심장

8. 과일

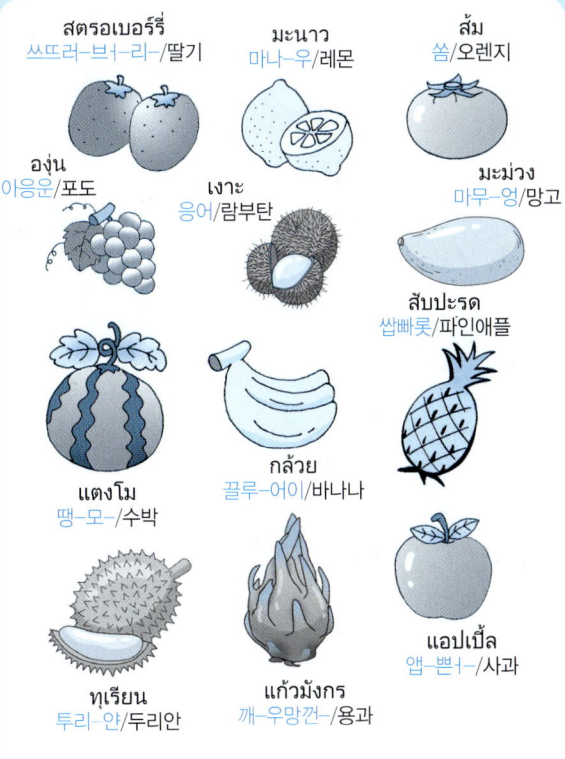

สตรอเบอร์รี่
쓰뜨러-브ㅓ-리-/딸기

มะนาว
마나-우/레몬

ส้ม
쏨/오렌지

องุ่น
아응운/포도

เงาะ
응어/람부탄

มะม่วง
마무-엉/망고

สับปะรด
쌉빠롯/파인애플

แตงโม
땡-모-/수박

กล้วย
끌루-어이/바나나

ทุเรียน
투리-얀/두리안

แก้วมังกร
깨-우망껀-/용과

แอปเปิ้ล
앱-쁘ㅓ-/사과

- มะพร้าว 마프라-우/코코넛
- ส้มโอ 쏨오-/포멜로
- มังคุด 망쿳/망고스틴
- มะละกอ 말라꺼-/파파야
- ลูกท้อ 룩-터-/복숭아
- ฝรั่ง 화랑/구아바

9. 야채

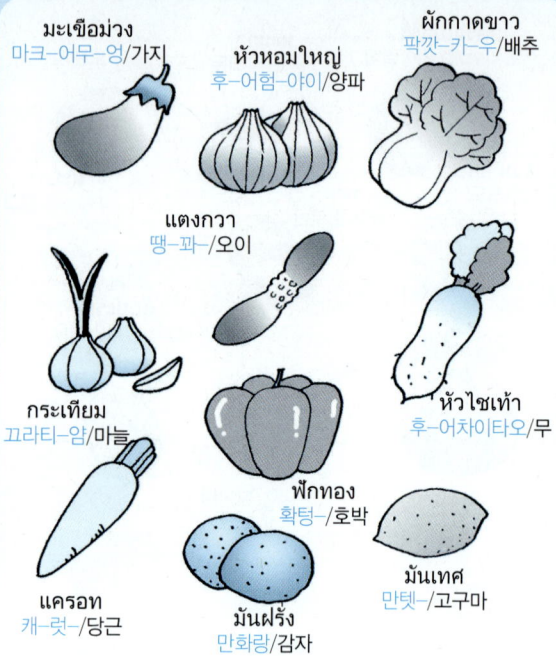

มะเขือม่วง 마크-어무-엉/가지
หัวหอมใหญ่ 후-어험-야이/양파
ผักกาดขาว 팍깟-카-우/배추
แตงกวา 땡-꽈-/오이
กระเทียม 끄라티-암/마늘
หัวไชเท้า 후-어차이타오/무
ฟักทอง 확텅-/호박
แครอท 캐-럿-/당근
มันฝรั่ง 만화랑/감자
มันเทศ 만텟-/고구마

- ผักกาดหอม 팍깟-험-/상추
- ต้นหอม 똔험-/파
- เห็ด 헷/버섯
- ขิง 킹/생강
- มะเขือเทศ 마크-어텟-/토마토
- พริก 프릭/고추
- ถั่วงอก 투-어응억-/콩나물
- หน่อไม้ 너-마이/죽순
- ผักชี 팍치-/고수

10. 동물

ควาย
콰-이/물소
เสือ
쓰-어/호랑이
ม้า
마-/말
มังกร
망껀-/용
ลิง
링/원숭이
หมา
마-/개
งู
응우-/뱀
หมู
무-/돼지
หนู
누-/쥐
แมว
매-우/고양이
ไก่
까이/닭
แพะ
패/염소

- สิงโต 씽또-/사자
- อูฐ 웃-/낙타
- นกอินทรี 녹인씨-/독수리
- จระเข้ 쩌라케-/악어
- ช้าง 창-/코끼리
- ยีราฟ 이-랍-/기린
- ปลาวาฬ 쁠라-완-/고래
- ฮิปโปโปเตมัส 힙뽀-뽀-떼-맛/하마

11. 태국의 주요 도시

- ภาคเหนือ 팍-느-어/북부
- ภาคกลาง 팍-끌랑-/중부
- ภาคใต้ 팍-따이/남부
- ภาคอีสาน 팍-이-싼-/동북부
- แม่น้ำเจ้าพระยา 매-남짜오프라야-/짜오프라야 강
- แม่น้ำแม่กลอง 매-남매-끌렁-/매끌롱 강
- ดอยอินทนนท์ 더-이인타논/인타논 산(태국에서 가장 높은 산)

■저자

전희진(ชอน ฮีจิน)

한국외국어대학교 태국어과 학사 졸업

한국외국어대학교 일반대학원 글로벌문화콘텐츠학과 석사 졸업

한국외국어대학교 일반대학원 글로벌문화콘텐츠학과 박사 과정

다수의 기업체 태국어 출강

태한, 한태 번역가

태국현지 한류잡지 칼럼니스트 경험

• 저서 : พูดได้พูดดี(공저)
왕기초 태국어첫걸음(공저)
태국어 일상회화사전(공저)
크루마무엉의 태국어 메뉴판 마스터(공저)

잉언씨껫(อิงอร ศรีเกษ)

부라파대학교 동양어문학과 한국어 전공

한국외국어대학교 국제지역대학원 한국학과 석사 졸업

한국외국어대학교 국제지역대학원 한국학과 박사 졸업

태한, 한태 번역가

다수의 통역

다수의 기업체 태국어 출강

• 저서 : เก่งเกาหลี
พูดได้พูดดี(공저)
เกาหลีลัดทันใจ(공저)
왕기초 태국어첫걸음(공저)
태국어 일상회화사전(공저)
크루마무엉의 태국어 메뉴판 마스터(공저)

HandSumbook
통기초
태국어
생활회화

초판 1쇄 발행 2016년 2월 25일
6쇄 발행 2024년 7월 10일

지은이 전희진, 잉언씨껫
발행인 박해성
편집인 김양섭, 조윤수
기획마케팅 이훈, 박상훈, 이민희
발행처 **정진출판사** 02752 서울 성북구 화랑로 119-8
대표전화 (02) 917-9900
홈페이지 jeongjinpub.co.kr **이메일** jj1461@chol.com
출판등록 1989년 12월 20일 제 6-95호
ISBN 978-89-5700-137-0 *13730

• 본 책은 저작권법에 따라 한국 내에서 보호받는 저작물이므로 무단전재와 복제를 금합니다.

• 이 도서의 국립중앙도서관 출판예정도서목록(CIP)은 서지정보유통지원시스템 홈페이지(http://seoji.nl.go.kr)와 국가자료공동목록시스템(http://www.nl.go.kr/kolisnet)에서 이용하실 수 있습니다.(CIP제어번호 : CIP2016002491)
• 파본은 교환해 드립니다. 책값은 뒤표지에 있습니다.